U0066538

QR
Code
版

大家的越南語

Vietnamese Language

初級 2

國立臺灣大學越南語講師

Nguyễn Thị Liên Hương 阮蓮香 著

Lời tựa
作者序

在臺灣，學習越南語的需求日增，有越來越多的各界人士急欲學習越南語並瞭解越南傳統文化。「大家的越南語」這套叢書，正是在此需求背景下編纂出版。因此，這套叢書將本著重視「聽、說、讀、寫」學習四技能，圍繞「食、衣、住、行、育、樂」生活六範疇為主旨，務求教材內容符合「簡單易自學、輕鬆易溝通、日常易實習」的需求，祈使讀者能在短期之內開口說出標準越南語並初步瞭解越南文化。

筆者預計將這套叢書分為「初級 1、初級 2、中級、高級」四冊，每一冊均包含 12 個課程，除力求內容能符合越南語能力檢定機構對越南語能力考試的程度與測驗題規範，並希望能加深讀者對越南語語音準確度的掌握力。

其中，《大家的越南語　初級 1》受到大家的肯定，在短短兩年內已再版到第三版，而《大家的越南語　初級 2　QR Code 版》也已完成編輯的工作，也就是您手上的這本書。在「初級 2」這本書中，主要規畫十二個主題，分別為「時間」、「問路」、「買賣」、「點菜」、「點飲料」、「在飯店」、「紀念品」、「生病」、「天氣」、「體育」、「越南旅遊景點」、「自我介紹」，希望讀者能從這十二個主題中進一步學習，在越南旅遊或生活時，能夠自然且有禮貌地運用越南語，與越南人交流。

另外，並將每一課程的主要內容區分為六大範疇：

1. 會話：符合課程主題的實用生活會話例句。
2. 詞彙：彙整會話內容中出現的新詞彙。
3. 文法解釋：對相關句法、文法做出釋義並提示表達情境。
4. 練習：按已學習的範例和詞彙進行練習。
5. 成語、俗語、歌謠：介紹與主題相關的常用越南語成語、俗語，或者歌謠，藉以認識越南文化與民情。
6. 認識越南文化：適時介紹越南相關的文化風情，讓越南語更容易親近。

希望透過這樣的課文安排，協助讀者深入掌握越南語發音的準確度，並擴充相關字彙能量，有效精煉「聽、說、讀、寫」學習四技能。

　　每一課程各範疇的編排順序如同上述，但教師使用時也可按 2-3-1-4-5-6 的順序施教。

　　本書隨附音檔 QR Code，其中的 MP3 語音檔主要以河內音為主，因為其被視為越南語官方語言的標準語音。

　　筆者曾在越南有十年以上的研究資歷，並在臺灣大學、政治大學、輔仁大學、外貿協會、警察專科學校等臺灣各大專院校進行越南語與文化講授超過十餘年。此外，更是教育部、國教院等中央機關有關越南語教材編輯委員會之委員，所以本書還特別針對越南國內初級越南語教材，進行過仔細的研究與參考比對。

　　而協助筆者進行相關編纂、翻譯與校訂作業的金仁晧（Kim Nhân Hạo）先生、阮氏金鍾（Nguyễn Thị Kim Chung）小姐、范高峰（Phạm Cao Phong）先生、黎氏寶珠（Lê Thị Bảo Châu）小姐，皆通曉臺灣與越南兩國間語言、文化的異同，謝謝您們的熱心協助。此外，這本書能順利完成，也要特別感謝瑞蘭國際出版社的社長王愿琦與副總編輯葉仲芸的協助。

　　希望本書能幫助所有懂華語的學習者有系統、有條理地快速學會越南語。雖然在編寫過程中已力求完善，但是一定也可能存在一些疏失，因此，希望各位讀者與同業不吝指教。真誠感謝～ Xin chân thành cảm ơn!

Nguyễn Thị Liên Hương

學習越南語的優勢

語言是通往世界的鑰匙，在全球化競爭環境下，認識任何新的語言將是臺灣未來與國際接軌的競爭優勢。

越南，是臺灣的鄰國，風俗文化相近、早期受到漢文化影響，信奉儒家，重視孝道，也善用成語。瞭解越南語，深入越南文化，亦能藉此瞭解臺灣自身。

根據相關統計，目前臺灣的越僑人口逐日攀升，越僑及其子女可稱為臺灣的第五大族群。就經濟貿易而言，近年來遠赴越南投資的台商俱增，投資金額近十年來都名列前矛。

學習越南語是有其必要的！請大家把握越南語學習潮！

學習越南語，探索東方文化特色，追尋與臺灣和客家的共同文化淵源。

學習越南語，能瞭解與結交「越」多好朋友，共同追求新的臺灣族群融合大文化。

學習越南語，旅遊、研究、投資無障礙。

學習越南語，展現出你的超「越」能力！

越南語簡介

越南語是越南人平常交際使用的語言，也是越南民族主要的語言。越（Việt）族也稱京（Kinh）族，是越南 54 民族當中最大的一族，占越南全國人口的 86%。

越南語主要有三大方言區：以河內（Hà Nội）為中心的北部方言區，以順化（Huế）為中心的中部方言區，和以西貢（Sài Gòn）為中心的南部方言區。而西貢，就是現在的胡志明市（TP Hồ Chí Minh）。其中，河內的方言為國家明定的標準國語以及正式語言。三個方言區的文字是統一的，但各方言區的用語則有些許音調與習慣詞的差別，但基本上可以互通。

越南語屬於單音節語系（與漢語一樣），一音、二音或三音組成一個詞，幾個詞組成一個句。要將越南語完整地念出一個詞或一整句，首先一定要先會標準地發出每一個音（字母）。越南語的名詞、代名詞、動詞、形容詞等，均與漢語一樣無型態變化。

越南語屬古百越地區的語言，是亞洲大陸南方語系之一。在長期的歷史發展過程中，其曾與北方漢民族和南方占婆族有過不同程度的文化和語言互動融合，並在這二語系的影響下，逐漸形成現在獨特的越南語體系。另外，在文字使用上，越南舊時期的封建王朝，因受漢族的督護，因此以漢字為官方文字，但是亦自行以漢字為基礎創造出「喃」字（喃，是口與南的結合，其代表意義就是南方的口音）。

到了 17 世紀，歐洲的傳教士到越南後，他們用拉丁文字記錄並表現越南語，經過一段時期的演變，這類文字便成為現在所謂國語的前身。在這些傳教士中，對現代越南文字特別有功勞的就是 Alexandre de Rhodes，他是一位法國傳教士，對推廣學習此種越南文有很大的貢獻。剛開始的時候，此種越南文僅使用在傳教，但在法國人對越南實施殖民後，越南國語就被正式地大量推廣。而在 1945 年越南民主共和國成立後，「國語字」才獲得國家正式文字的地位。

越南領土地圖

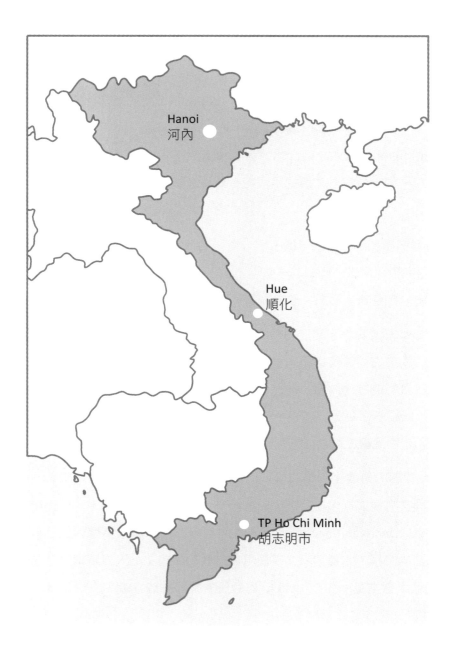

Hanoi
河內

Hue
順化

TP Ho Chi Minh
胡志明市

東南亞地圖

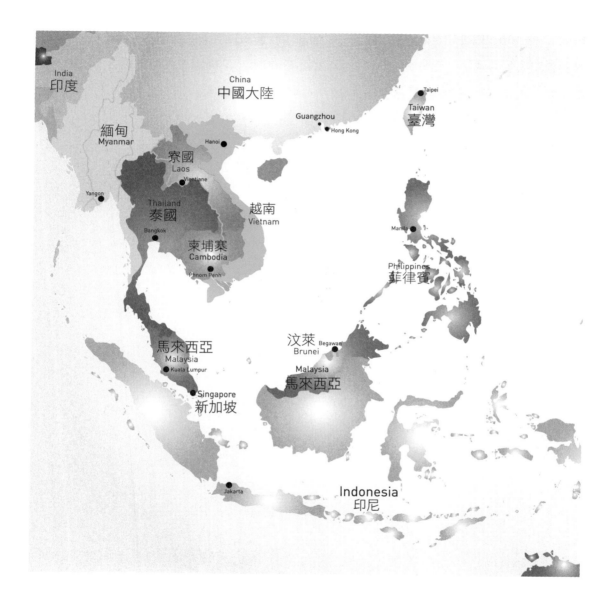

India
印度

China
中國大陸

Taipei

Taiwan
臺灣

緬甸
Myanmar

寮國
Laos

Guangzhou

Hong Kong

Hanoi

Vientiane

Yangon

Thailand
泰國

越南
Vietnam

Bangkok

柬埔寨
Cambodia

Phnom Penh

Manila

Philippines
菲律賓

馬來西亞
Malaysia

汶萊 Begawan
Brunei

Kuala Lumpur

Malaysia
馬來西亞

Singapore
新加坡

Jakarta

Indonesia
印尼

如何使用本書

　　《大家的越南語　初級2　QR Code 版》以「食、衣、住、行、育、樂」生活六大範疇，精選 12 種情境，包含問路、購物、點餐、交朋友等輕鬆且實用的學習主題，藉由情境會話，學習越南語生活會話、詞彙、文法，以及越南俗語歌謠，訓練讀者越南語聽、說、讀、寫的能力。此外，每課還有「認識越南文化」，讓您深入了解越南。

學習重點
每一課最前面的「學習重
點」，讓您在學習前有提
綱挈領的全面了解。

16　大家的越南語　初級 2　QR Code 版

生活會話

透過情境安排,學習
實用生活會話。

詞彙

列舉會話中的生字,
加強記憶。

MP3 序號

務必配合 MP3 反覆
大聲練習拼讀。

文法解釋

解釋越南語基本文法與句型，
建立正確的文法觀念。

III CHÚ THÍCH NGỮ PHÁP 文法解釋

（一）Bao giờ? Khi nào? Bao lâu? 何時？什麼時候？多久？

1. Bao giờ & Khi nào

放在「句首」，表示詢問「將來」、「尚未發生」的時間點。

- Q：<u>Bao giờ</u> bạn đi Việt Nam? <u>Khi nào</u> bạn đi Việt Nam?
  你什麼時候會去越南？
  A：Tuần sau. 下週。

2. bao giờ & khi nào

放在「句尾」，表示詢問「過去」、「已發生」的時間點。

- Q：Bạn đi Việt Nam <u>bao giờ</u>? Bạn đi Việt Nam <u>khi nào</u>?
  你什麼時候去越南的？
  A：Tuần trước. 上週。

3. bao lâu?

放在「句尾」，表示詢問多久。

- Q：Bạn đi Việt Nam <u>bao lâu</u>? 你去越南多久？
  A：Tôi đi Việt Nam 2 tuần. 我去越南兩個星期。

（二）mới, vừa, vừa mới 剛才／剛剛

放在主語後面，表示事情才發生不久。

- Tôi <u>mới</u> đến Đài Loan. 我剛到臺灣。
- Tôi <u>mới</u> học tiếng Việt 4 tháng. 我剛學越南語四個月。

IV LUYỆN TẬP 練習

（一）以實際時間來回答以下的問題。

1. Hôm nay là ngày bao nhiêu? _____
2. Hôm qua là ngày bao nhiêu? _____
3. Hôm kia là ngày bao nhiêu? _____
4. Ngày mai là ngày bao nhiêu? _____
5. Ngày kia là ngày bao nhiêu? _____
6. Hôm nay là thứ mấy? _____
7. Hôm qua là thứ mấy? _____
8. Hôm kia là thứ mấy? _____
9. Ngày mai là thứ mấy? _____
10. Ngày kia là thứ mấy? _____

（二）用「Bao giờ? / Khi nào ?」詢問過去或將來的時間點，並回答。

1. Chị / đi Mỹ / tuần trước
   _____
   _____

2. Ông ấy / đi Nhật Bản / tháng sau

練習

反覆練習，精熟
運用。

成語、俗語、歌謠／認識越南文化

透過精選內容，認識道地的越南文化，練習唱歌學成語。

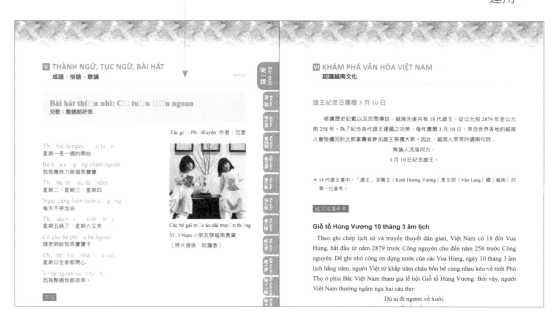

V THÀNH NGỮ, TỤC NGỮ, BÀI HÁT
成語、俗語、歌謠

MP3-01

Bài hát thiếu nhi: Cả tuần đều ngoan
兒歌：整週都好乖

Tác giả: Phạm Tuyên 作者：范宣

Th hai là ngày u tu n
星期一是一週的開始

Be h a c g ng chăm ngoan
我答應努力做個乖寶寶

Th ba, th tư, th năm
星期二、星期三、星期四

Ngày càng luôn luôn c g ng
每天更加油

Th sáu r i nh b y
星期五過了，星期六又來

Có chờ bé phi u bé ngoan
請老師給我乖寶寶卡

Ch nh t c nhà u vui
星期日全家都開心

Vì bé ngoan su t tu n.
因為整週我都很乖。

Các bé gái m c áo dài truy n th ng
Vi t Nam 小朋友穿越南奧黛
（照片提供：阮蓮香）

第一課

VI KHÁM PHÁ VĂN HÓA VIỆT NAM
認識越南文化

雄王紀念日農曆 3 月 10 日

　　根據歷史記載以及民間傳說，越南先後共有 18 代雄王，從公元前 2879 年至公元前 258 年。為了紀念各代雄王建國之功勞，每年農曆 3 月 10 日，來自世界各地的越南人會陸續回到北部富壽省參加雄王祭禮大節。因此，越南人常常吟讀兩句詩：

　　　　無論人流落何方，

　　　　3 月 10 日紀念雄王。

＊ 18 代雄王當中，「雄王」涇陽王（Kinh Dương Vương）是文郎（Văn Lang）國（越南）的第一位皇帝。

越文補充參考

Giỗ tổ Hùng Vương 10 tháng 3 âm lịch

　　Theo ghi chép lịch sử và truyền thuyết dân gian, Việt Nam có 18 đời Vua Hùng, bắt đầu từ năm 2879 trước Công nguyên cho đến năm 258 trước Công nguyên. Để ghi nhớ công ơn dựng nước của các Vua Hùng, ngày 10 tháng 3 âm lịch hằng năm, người Việt từ khắp năm châu bốn bể cùng nhau kéo về tỉnh Phú Thọ ở phía Bắc Việt Nam tham gia lễ hội Giỗ tổ Hùng Vương. Bởi vậy, người Việt Nam thường ngâm nga hai câu thơ:

　　　　Dù ai đi ngược về xuôi,

附錄

　　提供越南語的《生日快樂歌》以及「越南 54 個民族」，讓您了解越南、融入越南。並附上全書所有練習的解答，以及各課單字索引，讓學習者好複習好查詢。

生日快樂歌

與越南人交朋友的最佳利器。

越南 54 個民族

了解此表，越南文化達人就是您。

練習解答

掌握學習成效。

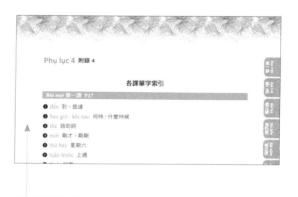

各課單字索引

依每課單字出現順序排列，可溫故知新。

如何掃描 QR Code 下載音檔

1. 以手機內建的相機或是掃描 QR Code 的 App 掃描封面的 QR Code。
2. 點選「雲端硬碟」的連結之後，進入音檔清單畫面，接著點選畫面右上角的「三個點」。
3. 點選「新增至『已加星號』專區」一欄，星星即會變成黃色或黑色，代表加入成功。
4. 開啟電腦，打開您的「雲端硬碟」網頁，點選左側欄位的「已加星號」。
5. 選擇該音檔資料夾，點滑鼠右鍵，選擇「下載」，即可將音檔存入電腦。

目次

作者序 …………2

學習越南語的優勢 …………4

越南語簡介 …………5

越南領土地圖 …………6

東南亞地圖 …………7

如何使用本書 …………8

Thời gian: Hôm nay là ngày bao nhiêu?
第一課
時間：今天是幾號？ …………15

Hỏi đường: Làm ơn cho cháu hỏi, đường đến hồ Hoàn Kiếm
第二課
đi thế nào ạ?
問路：請（施恩）讓我問：到還劍湖的路怎麼走？ …………27

Mua bán: Bao nhiêu tiền một cân cam?
第三課
買賣：橘子一公斤多少錢？ …………39

Gọi đồ ăn: Cho tôi xem thực đơn
第四課
點菜：給我看菜單 …………53

Gọi đồ uống: Cho tôi một ly trà sữa trân châu Đài Loan
第五課
點飲料：給我一杯臺灣珍珠奶茶 …………67

Ở khách sạn: Chào chị, tôi muốn đặt phòng
在飯店：妳好，我想訂房 79

Đồ lưu niệm: Chúng tôi muốn mua đồ lưu niệm
紀念品：我們想買紀念品 93

Bị ốm: Có lẽ tôi bị cảm rồi
生病：我好像感冒了 109

Thời tiết: Hôm nay trời đẹp quá
天氣：今天天氣很好 123

Thể thao: Người Việt Nam rất thích bóng đá
體育：越南人很喜歡足球 135

Điểm du lịch chính ở Việt Nam: Bạn đã đi Việt Nam bao giờ chưa?
越南旅遊景點：你曾經去過越南嗎？ 147

Giới thiệu về bản thân: Tìm bạn trăm năm
自我介紹：尋找終生伴侶（百年朋友） 159

附錄

附錄 1　生日快樂歌 …………170

附錄 2　越南 54 個民族 …………171

附錄 3　練習解答 …………174

附錄 4　各課單字索引 …………205

參考書目 …………214

Thời gian: Hôm nay là ngày bao nhiêu?

時間：今天是幾號？

Cách nói về thời gian 關於時間的說法

Bao giờ? Khi nào? Bao lâu? 何時 / 什麼時候 / 多久的使用法

mới, vừa, vừa mới & định 剛才 / 剛剛和打算的說法

Cách hỏi và trả lời: ngày / tháng / năm / tuần

提問與回答日 / 月 / 年 / 星期的方式

Trinh Nghi: A Thừa Hạo, bạn đến Hà Nội bao giờ thế?

Thừa Hạo: Chào Trinh Nghi. Mình mới đến Hà Nội thứ bảy tuần trước.

Trinh Nghi: Bạn định ở Việt Nam bao lâu?

Thừa Hạo: Khoảng 2 tuần, Trinh Nghi à.

Trinh Nghi: Vậy bạn có định đi thành phố Hồ Chí Minh không?

Thừa Hạo: Có, mình định ở Hà Nội 1 tuần và đi thành phố Hồ Chí Minh 6 ngày. À, hôm nay là ngày bao nhiêu Trinh Nghi ơi?

Trinh Nghi: Hôm nay là ngày 26 tháng 7.

Thừa Hạo: Vậy ngày 30 mình sẽ rời Hà Nội đi thành phố Hồ Chí Minh.

中譯：

貞宜：嘿，承浩，你什麼時候到河內的？

承浩：貞宜好。我上星期六才剛到河內。

貞宜：你打算在越南待多久？

承浩：大約兩週，貞宜。

貞宜：那你有打算去胡志明市嗎？

承浩：有的，我打算在河內待一週，然後去胡志明市六天。啊，今天是幾號，貞宜？

貞宜：今天是七月二十六日。

承浩：這樣三十日我將離開河內去胡志明市。

II TỪ VỰNG 詞彙

❶ đến 到、抵達

❷ bao giờ / khi nào 何時 / 什麼時候

❸ thế 語助詞

❹ mới 剛才、剛剛

❺ thứ bảy 星期六

❻ tuần trước 上週

❼ định 打算

❽ bao lâu 多久

❾ khoảng 大約

❿ Hà Nội 河內

⓫ thành phố Hồ Chí Minh 胡志明市（舊名：西貢（Sài Gòn））

⓬ ngày / tháng / năm 日 / 月 / 年（越南人寫日月年的順序）

⓭ bao nhiêu 多少、幾

⓮ rời ... đi... 離開⋯⋯去⋯⋯

⓯ vậy / còn 那麼

⓰ đã - đang - sẽ 已經 - 正在 - 將會

Bài một 第一課
Bài hai 第二課
Bài ba 第三課
Bài bốn 第四課
Bài năm 第五課
Bài sáu 第六課
Bài bảy 第七課
Bài tám 第八課
Bài chín 第九課
Bài mười 第十課
Bài mười một 第十一課
Bài mười hai 第十二課
Phụ lục 附錄

Ⅲ CHÚ THÍCH NGỮ PHÁP 文法解釋

（一）Bao giờ? Khi nào? Bao lâu? 何時？什麼時候？多久？

1. Bao giờ & Khi nào

　　放在「句首」，表示詢問「將來」、「尚未發生」的時間點。

- Q：<u>Bao giờ</u> bạn đi Việt Nam? / <u>Khi nào</u> bạn đi Việt Nam?
　　你什麼時候會去越南？

　A：Tuần sau. 下週。

2. bao giờ & khi nào

　　放在「句尾」，表示詢問「過去」、「已發生」的時間點。

- Q：Bạn đi Việt Nam <u>bao giờ</u>? / Bạn đi Việt Nam <u>khi nào</u>?
　　你什麼時候去越南的？

　A：Tuần trước. 上週。

3. bao lâu?

　　放在「句尾」，表示詢問多久。

- Q：Bạn đi Việt Nam <u>bao lâu</u>? 你去越南多久？
　A：Tôi đi Việt Nam 2 tuần. 我去越南兩個星期。

（二）*mới, vừa, vừa mới* 剛才 / 剛剛

　　放在主語後面，表示事情才發生不久。

- Tôi <u>mới</u> đến Đài Loan. 我剛到臺灣。
- Tôi <u>mới</u> học tiếng Việt 4 tháng. 我剛學越南語四個月。

（三）định 打算

放在主語後面，表示打算做某件事情。

- Tôi <u>định</u> đi du lịch Nhật Bản 5 ngày. 我打算去日本旅遊五天。

（四）Cách hỏi và trả lời: ngày / tháng / năm / tuần 提問與回答日 / 月 / 年 / 星期的方式

- Q：<u>Hôm nay là ngày bao nhiêu?</u> 今天是幾號？

  A：Hôm nay là ngày mồng 1. 今天是一日（初一）。
- Q：<u>Tháng này là tháng mấy?</u> 這個月是幾月？

  A：Tháng này là tháng 2. 這個月是二月。

＊初一到初十越南語要加 mồng / mùng，十一日（含）之後不用加，農曆及國曆皆如此。

指月份不同時段的說法：

2 tháng trước	tháng trước	tháng này	tháng sau	2 tháng sau
兩個月前	上個月	這個月	下個月	兩個月後

第一課 Bài một

Bài hai 第二課

Bài ba 第三課

Bài bốn 第四課

Bài năm 第五課

Bài sáu 第六課

Bài bảy 第七課

Bài tám 第八課

Bài chín 第九課

Bài mười 第十課

Bài mười một 第十一課

Bài mười hai 第十二課

Phụ lục 附錄

陽曆與農曆月份的說法：

陽曆 / 國曆月份		農曆月份	
Tháng một	一月	**Tháng giêng**	農曆正月
Tháng hai	二月	Tháng hai	二月
Tháng ba	三月	Tháng ba	三月
Tháng tư	四月	Tháng tư	四月
Tháng năm	五月	Tháng năm	五月
Tháng sáu	六月	Tháng sáu	六月
Tháng bảy	七月	Tháng bảy	七月
Tháng tám	八月	Tháng tám	八月
Tháng chín	九月	Tháng chín	九月
Tháng mười	十月	Tháng mười	十月
Tháng mười một	十一月	Tháng mười một	十一月
Tháng mười hai	十二月	**Tháng chạp**	農曆臘月

- Q：Hôm nay là thứ mấy? 今天星期幾？
  A：Hôm nay là chủ nhật. 今天是星期日。

Chủ nhật	星期日
Thứ hai	星期一
Thứ ba	星期二
Thứ tư	星期三
Thứ năm	星期四
Thứ sáu	星期五
Thứ bảy	星期六

前天、昨天、今天、明天、後天的説法：

hôm kia	hôm qua	**hôm nay**	ngày mai	ngày kia
前天	昨天	今天	明天	後天

● Q：<u>Năm nay là năm bao nhiêu?</u>　今年是（西元）幾年？

　A：Năm nay là năm 2020.　今年是二〇二〇年。

前年、去年、今年、明年、後年的説法：

2 năm trước	năm ngoái	**năm nay**	năm sau	2 năm sau
兩年前	去年	今年	明年	兩年後

越南語講年、月、日、星期的順序：

● Hôm nay là thứ sáu <u>ngày</u> 26 <u>tháng</u> 7 <u>năm</u> 2020.
　今天是<u>星期</u>五二十六<u>日</u>七<u>月</u>二〇二〇<u>年</u>。

Bài một 第一課
Bài hai 第二課
Bài ba 第三課
Bài bốn 第四課
Bài năm 第五課
Bài sáu 第六課
Bài bảy 第七課
Bài tám 第八課
Bài chín 第九課
Bài mười 第十課
Bài mười một 第十一課
Bài mười hai 第十二課
Phụ lục 附錄

IV LUYỆN TẬP 練習

（一）以實際時間來回答以下的問題。

❶ Hôm nay là ngày bao nhiêu? _____

❷ Hôm qua là ngày bao nhiêu? _____

❸ Hôm kia là ngày bao nhiêu? _____

❹ Ngày mai là ngày bao nhiêu? _____

❺ Ngày kia là ngày bao nhiêu? _____

❻ Hôm nay là thứ mấy? _____

❼ Hôm qua là thứ mấy? _____

❽ Hôm kia là thứ mấy? _____

❾ Ngày mai là thứ mấy? _____

❿ Ngày kia là thứ mấy _____

（二）用「Bao giờ? / Khi nào ?」詢問過去或將來的時間點，並回答。

❶ Chị / đi Mỹ / tuần trước

_____

_____

❷ Ông ấy / đi Nhật Bản / tháng sau

_____

_____

❸ Bạn / đi uống cà phê / chiều mai

_____

_____

❹ Anh ấy / tốt nghiệp đại học / tháng trước

_____

_____

❺ Ông Long / đi Đài Bắc / hôm qua

_____

_____

❻ Cô ấy / đi thư viện / sáng mai

_____

_____

❼ Em / đi bưu điện / chiều mai

_____

_____

❽ Chị Mai / bắt đầu làm việc ở công ty mới / tuần trước

_____

_____

Bài một 第一課
Bài hai 第二課
Bài ba 第三課
Bài bốn 第四課
Bài năm 第五課
Bài sáu 第六課
Bài bảy 第七課
Bài tám 第八課
Bài chín 第九課
Bài mười 第十課
Bài mười một 第十一課
Bài mười hai 第十二課
Phụ lục 附錄

（三）用「**bao lâu**」來提問，並用「**khoảng**」來回答不具體的時間。

❶ Anh / ở Hà Nội / 1 tháng

_____

_____

❷ Bà / đến Tokyo / 2 tuần

_____

_____

❸ Cô / làm việc ở Sài Gòn / 3 năm

_____

_____

❹ Em / học tiếng Việt / 4 tháng

_____

_____

❺ Bà Hải / đi Pháp / 5 tháng

_____

_____

❻ Thừa Hạo / về Đài Loan / 1 tuần

_____

_____

V THÀNH NGỮ, TỤC NGỮ, BÀI HÁT
成語、俗語、歌謠

MP3-03

Bài hát thiếu nhi: Cả tuần đều ngoan
兒歌：整週都好乖

Tác giả: Phạm Tuyên　作者：范宣

Thứ hai là ngày đầu tuần
星期一是一週的開始

Bé hứa cố gắng chăm ngoan
我答應努力做個乖寶寶

Thứ ba, thứ tư, thứ năm
星期二、星期三、星期四

Ngày càng luôn luôn cố gắng
每天不停加油

Thứ sáu rồi đến thứ bảy
星期五過了，星期六又來

Cô cho bé phiếu bé ngoan
請老師給我乖寶寶卡

Chủ nhật cả nhà đều vui
星期日全家都開心

Vì bé ngoan suốt tuần.
因為整週我都很乖。

Các bé gái mặc áo dài truyền thống

Việt Nam　小朋友穿越南奧黛

（照片提供：阮蓮香）

成語

Vạn sự khởi đầu nan.　萬事起頭難。

Ngày lành tháng tốt.　良辰吉日 / 吉日良辰 / 吉日良時。

KHÁM PHÁ VĂN HÓA VIỆT NAM
認識越南文化

雄王紀念日農曆 3 月 10 日

　　根據歷史記載以及民間傳說，越南先後共有 18 代雄王，從公元前 2879 年至公元前 258 年。為了紀念各代雄王建國之功勞，每年農曆 3 月 10 日，來自世界各地的越南人會陸續回到北部富壽省參加雄王祭禮大節。因此，越南人常常吟誦兩句詩：

無論人流落何方，
3 月 10 日紀念雄王。

* 18 代雄王當中，「雄王」涇陽王（Kinh Dương Vương）是文郎（Văn Lang）國（越南）的第一位皇帝。

越文閱讀參考

Giỗ tổ Hùng Vương 10 tháng 3 âm lịch

　Theo ghi chép lịch sử và truyền thuyết dân gian, Việt Nam có 18 đời Vua Hùng, bắt đầu từ năm 2879 trước Công nguyên cho đến năm 258 trước Công nguyên. Để ghi nhớ công ơn dựng nước của các Vua Hùng, ngày 10 tháng 3 âm lịch hằng năm, người Việt từ khắp năm châu bốn bể cùng nhau kéo về tỉnh Phú Thọ ở phía Bắc Việt Nam tham gia lễ hội Giỗ tổ Hùng Vương. Bởi vậy, người Việt Nam thường ngâm nga hai câu thơ:

Dù ai đi ngược về xuôi,
Nhớ ngày giỗ Tổ mồng 10 tháng 3.

Hỏi đường:
Làm ơn cho cháu hỏi, đường đến hồ Hoàn Kiếm đi thế nào ạ?
問路：請（施恩）讓我問，到還劍湖的路怎麼走？

Cách hỏi đường　問路的方法

Từ liên quan đến địa điểm　地點相關詞彙

Tên một số địa điểm　一些地點的名稱

Phương tiện giao thông　交通工具

I HỘI THOẠI 會話

Thừa Hạo:	Cháu chào bác, làm ơn cho cháu hỏi, đường đến hồ Hoàn Kiếm đi thế nào ạ?
Người đi đường:	Cháu đi thẳng theo phố Tràng Thi, đến ngã tư đầu tiên thì rẽ trái.
Thừa Hạo:	Thưa bác, đó là phố nào ạ?
Người đi đường:	Đó là ngã tư Bà Triệu - Lê Thái Tổ. Cháu rẽ trái vào phố Lê Thái Tổ, cháu sẽ nhìn thấy hồ Hoàn Kiếm ngay.
Thừa Hạo:	Thưa bác, từ đây đến đấy có xa không ạ?
Người đi đường:	Không xa lắm, khoảng 500 mét thôi.
Thừa Hạo:	Cháu cảm ơn bác.
Người đi đường:	Không có gì, chào cháu.

中譯：

承浩：姪兒向伯伯請安，請伯伯（施恩）讓姪兒詢問，到還劍湖的路要怎麼走？

路人：你沿著 Tràng Thi [①] 街走，到了第一個十字路口左轉。

承浩：伯伯，請問交叉的是哪一條街呢？

路人：那是 Bà Triệu [②] -Lê Thái Tổ [③] 交叉的十字路口。你左轉進入 Lê Thái Tổ 街，你馬上就會看到還劍湖在面前。

承浩：伯伯，從這裡到那裡遠嗎？

路人：不太遠，只約五百公尺。

承浩：姪兒感謝伯伯。

路人：沒什麼，再會。

① 被稱為場試街（Trang Thi street），是因為黎朝時代這裡是考試場所。

② 徵氏姐妹，又稱二徵夫人（越南語：Hai Bà Trưng（二婆徵），是 1 世紀在今天的越南北部武裝反抗中國東漢政權的兩個姐妹，徵側（越南語：Trưng Trắc）和徵貳（越南語：Trưng Nhị）。

③ 黎利（越南語：Lê Lợi，1385 年 9 月 10 日－1433 年 9 月 5 日），越南後黎朝時代開國君主，後人稱為黎太祖（越南語：Lê Thái Tổ）。他起兵驅逐了明朝的駐軍，使越南（當時「大越」國土相當於今越南中、北部）最終取得獨立地位。

Ⅱ TỪ VỰNG 詞彙

MP3-05

❶ làm ơn　施恩、勞駕

❷ hỏi / xin hỏi　問 / 請問

❸ đường　路

❹ tới / đến　到 / 到達

❺ hồ Hoàn Kiếm
　還劍湖（越南河內市中心的主要湖泊之一）

❻ đi thế nào　怎麼走

❼ đi thẳng　直走

❽ theo　順著、沿著

❾ phố　街

❿ ngã tư　十字路口

⓫ rẽ trái　左轉

⓬ nhìn thấy　看到

⓭ ngay　馬上、立刻

⓮ xa　遠

Ⅲ CHÚ THÍCH NGỮ PHÁP 文法解釋

（一）**Cách hỏi đường** 問路的方法

- Làm ơn cho tôi hỏi, … ở đâu ạ?
  請（施恩）讓我問，……在哪裡？

- Xin hỏi, đường đến … đi thế nào ạ?
  請問，抵達／到……怎麼走？

- Xin hỏi, từ đây đến … đi đường nào ạ?
  請問，從這裡到……走哪一條路？

- Làm ơn chỉ giúp tôi đường tới ....
  請（施恩）幫我指示到……的路。

（二）**Từ liên quan đến địa điểm** 地點相關詞彙

ngã ba 三叉路口	đi qua 經過
ngã tư 十字路口	quay lại 回頭
ngã năm / ngã sáu 圓環	là đến nơi 就到了
đi thẳng 直走	ở bên tay phải 在右手邊
rẽ phải 右轉	ở bên tay trái 在左手邊
rẽ trái 左轉	tôi nhầm / lạc đường rồi 我走錯路了／迷路了

（三）Hỏi đường đến một số địa điểm 問路到一些地方

1. _____ cách đây bao xa, có xa không? （……離這裡多遠，有遠嗎？）與地名結合來問。

- <u>Ngân hàng</u> cách đây bao xa? 銀行離這裡多遠呢？
- <u>Ngân hàng</u> có xa không? 銀行離這裡遠嗎？

2. Từ đây đến … có xa không? 從這裡到……有遠嗎？ / 遠不遠？

- Từ đây đến <u>ngân hàng</u> có xa không? 從這裡到銀行遠不遠？

ngân hàng 銀行	siêu thị 超市
trường học 學校	chợ 市場
khách sạn 飯店	bưu điện 郵局
trạm xăng 加油站	nhà hát lớn 大歌劇院
công viên 公園	bến xe buýt 公車站
quán cà phê 咖啡店	trụ sở công an / đồn công an 警察局
sân bay 飛機場	ga tàu hỏa / ga xe lửa 火車站
bảo tàng 博物館	nhà vệ sinh công cộng 公共廁所

（四）Liên từ trong hỏi đường 問路的連接詞

Đầu tiên 首先	sau đó 然後
đi tiếp 繼續走	

Bài một 第一課
Bài hai 第二課
Bài ba 第三課
Bài bốn 第四課
Bài năm 第五課
Bài sáu 第六課
Bài bảy 第七課
Bài tám 第八課
Bài chín 第九課
Bài mười 第十課
Bài mười một 第十一課
Bài mười hai 第十二課
Phụ lục 附錄

（五）Phương tiện giao thông 交通工具

xe đạp / xe đạp điện 腳踏車 / 電動腳踏車	thuyền 船
xe tắc xi 計程車	xe buýt 公車
tàu hỏa / xe lửa 火車	xe ô tô / xe hơi 汽車
xe máy / xe gắn máy 摩托車	tàu điện ngầm 地鐵、捷運
xe xích lô 三輪車	tàu cao tốc 高鐵
máy bay 飛機	

（六）Bạn đi ... bằng gì? 以（搭）……什麼交通工具？

- Q：Bạn đi Việt Nam bằng gì?
  你以（搭）什麼交通工具去越南？

  A：Tôi đi bằng máy bay. 我搭飛機去。

- Q：Bạn đi Cao Hùng bằng gì?
  你以（搭）什麼交通工具去高雄？

  A：Tôi đi bằng tàu cao tốc. 我搭高鐵去。

Ⅳ LUYỆN TẬP 練習

（一）根據下面內容並運用上面四種問路方法進行問答。

❶ **ngân hàng** (đi thẳng / rẽ trái / qua ngã ba /là đến nơi)

_____

_____

❷ **trường học** (qua ngã tư /rẽ phải / đi tiếp 200m / là đến nơi)

_____

_____

❸ **khách sạn** (đi thẳng khoảng 500 mét / rẽ trái / là đến nơi)

_____

_____

❹ **trạm xăng** (đi khoảng 300 mét / qua ngã tư / ở bên tay phải)

_____

_____

❺ **công viên** (qua ngã ba / rẽ trái / là đến nơi)

_____

_____

❻ **quán cà phê** (đi qua ngã ba / đi tiếp khoảng 200m /ở bên tay trái)

_____

_____

❼ sân bay (đi qua 2 ngã tư / đi tiếp 500 mét / bên tay trái)

_____

_____

❽ bảo tàng (đi thẳng 300 mét / rẽ phải / đi qua ngã tư / là đến nơi)

_____

_____

❾ siêu thị (rẽ trái / qua ngã ba / rẽ phải / là đến nơi)

_____

_____

❿ chợ (rẽ phải / đi 200 mét / rẽ trái / là đến nơi)

_____

_____

⓫ bưu điện (quay lại, đi qua ngân hàng 100 mét / là đến nơi)

_____

_____

⓬ nhà hát lớn (đi thẳng khoảng 800 mét / bên tay phải)

_____

_____

⓭ bến xe buýt (rẽ trái / đi khoảng 500 mét / bên tay trái)

_____

_____

⑭ **đồn công an** (qua hai ngã tư / rẽ phải / là đến nơi)

_____

_____

⑮ **ga tàu hỏa** (rẽ trái / đi thẳng khoảng 500 mét / là đến nơi)

_____

_____

（二）從不同的地方問路，並回答如何抵達 THE ONE SAIGON 大樓。

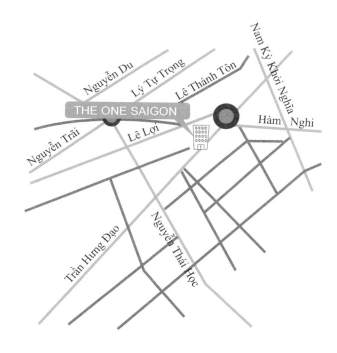

例：Từ đường Nguyễn Trãi, đến ngã tư rẽ phải, đi qua ngã tư Lê Lợi, đến ngã tư rẽ trái, đi khoảng 500 m là đến nơi.

❶ _____

_____

_____

Bài một 第一課
Bài hai 第二課
Bài ba 第三課
Bài bốn 第四課
Bài năm 第五課
Bài sáu 第六課
Bài bảy 第七課
Bài tám 第八課
Bài chín 第九課
Bài mười 第十課
Bài mười một 第十一課
Bài mười hai 第十二課
Phụ lục 附錄

❷

❸

❹

❺

V THÀNH NGỮ, TỤC NGỮ, BÀI HÁT
成語、俗語、歌謠

Đi đêm lắm có ngày gặp ma.
夜路走多了總會遇到鬼。

Đi một ngày đàng, học một sàng khôn.
經一事，長一智（走一天路，學一席智）。

Hồ Hoàn Kiếm 還劍湖（照片提供：阮氏金鍾）

Bài một 第一課
Bài hai 第二課
Bài ba 第三課
Bài bốn 第四課
Bài năm 第五課
Bài sáu 第六課
Bài bảy 第七課
Bài tám 第八課
Bài chín 第九課
Bài mười 第十課
Bài mười một 第十一課
Bài mười hai 第十二課
Phụ lục 附錄

Hỏi đường: Làm ơn cho cháu hỏi, đường đến hồ Hoàn Kiếm đi thế nào ạ?
問路：請（施恩）讓我問，到還劍湖的路怎麼走？

37

VI KHÁM PHÁ VĂN HÓA VIỆT NAM
認識越南文化

越南機車

　　目前在越南，機車仍是主要的交通工具。越南是每年機車平均銷售數量在世界排名第 4 的國家，僅次於印度、中國和印尼，為 300 萬台。根據最近公布的研究，到了 2030 年，70% 的越南人仍將以機車為主要的代步工具。大眾運輸（如公車）只能滿足人們約 1% 到 10% 的往來需求。因此，相對於公車，計程摩托車仍是快速又方便的交通方式而被大多數越南人所選擇。

越文閱讀參考

Xe máy ở Việt Nam

　　Hiện nay xe máy vẫn là phương tiện giao thông chủ yếu ở Việt Nam. Việt Nam là quốc gia có lượng xe máy tiêu thụ trung bình hàng năm đứng thứ 4 trên thế giới sau các nước Ấn Độ, Trung Quốc và Indonesia, ở mức 3 triệu xe. Theo nghiên cứu vừa công bố, đến năm 2030, 70% (bảy mươi phần trăm) người dân Việt Nam vẫn sẽ dùng xe máy làm phương tiện đi lại chính. Phương tiện giao thông công cộng như xe buýt chỉ đáp ứng được khoảng từ 1% đến 10 % (một đến mười phần trăm) nhu cầu đi lại của người dân. Vì thế, xe ôm (cách gọi xe máy chở khách ở Việt Nam) vẫn là phương tiện nhanh và thuận tiện được nhiều người lựa chọn so với xe buýt.

Mua bán:
Bao nhiêu tiền một cân cam?

買賣：橘子一公斤多少錢？

Cách hỏi bao nhiêu tiền & mặc cả

詢問多少錢以及討價還價的方法

Màu sắc　顏色

Tiền các nước　各國錢幣

Bà ngoại: Hôm nay Đình Đình tự đi chợ một mình nhé!

Đình Đình: Vâng ạ, để cháu thử mặc cả bằng tiếng Việt xem.

Hàng hoa quả

Đình Đình: Cô ơi bao nhiêu tiền 1 cân cam?

Người bán hàng: 40.000 đồng 1 cân.

Đình Đình: Cháu muốn mua 2 cân, cô tính rẻ cho cháu được không?

Người bán hàng: 2 cân 76.000 đồng nhé!

Đình Đình: 70.000 được không cô?

Người bán hàng: Ừ, thôi bán mở hàng cho cháu.

Hàng quần áo

Đình Đình: Áo dài bán thế nào chị ơi?

Người bán hàng: 500.000 đồng 1 bộ em ạ.

Đình Đình: Đắt quá, 400.000 được không chị?

Người bán hàng: Ở đây bán đúng giá, em ạ.

Đình Đình: Vâng, em muốn lấy bộ màu xanh da trời này, em mặc cỡ S.

Bài một 第一課
Bài hai 第二課
Bài ba 第三課
Bài bốn 第四課
Bài năm 第五課
Bài sáu 第六課
Bài bảy 第七課
Bài tám 第八課
Bài chín 第九課
Bài mười 第十課
Bài mười một 第十一課
Bài mười hai 第十二課
Phụ lục 附錄

中譯：

外婆：今天亭亭自己一個人去市場吧！
亭亭：是的，讓孫兒嘗試用越南語討價還價看看。

水果店

亭亭：阿姨啊，橘子一公斤多少錢？
賣家：一公斤四萬越南盾。
亭亭：我想買兩公斤，妳算我便宜一點可以嗎？
賣家：兩公斤七萬六千越南盾！
亭亭：阿姨，七萬越南盾可以嗎？
賣家：好了，妳是第一個客人，給妳折扣。

衣服店

亭亭：姐姐，奧黛怎麼賣？
賣家：五十萬越南盾一套。
亭亭：好貴，姐姐，四十萬越南盾可以嗎？
賣家：我們這裡已經是用合理的價格出售了。
亭亭：是，我想拿這套藍色的，我穿的尺寸是 S 的。

▌▌ TỪ VỰNG 詞彙

❶ bao nhiêu tiền 多少錢

❷ mặc cả 討價還價

❸ cân / ký / ki lô gam (kg) 公斤

❹ tính rẻ 算便宜

❺ bán mở hàng 慶祝當天生意開張，給予第一個客人折扣

❻ hàng hoa quả （北越用語） / tiệm trái cây （南越用語） 水果店

❼ hàng quần áo 衣服店

❽ áo dài 奧黛（越南傳統服裝、越南國服）

❾ cỡ (size) 尺寸

❿ thử mặc 試穿

⓫ bán - mua 賣 - 買

⓬ xanh da trời 藍色

⓭ bán đúng giá 賣合適的價格

III CHÚ THÍCH NGỮ PHÁP 文法解釋

（一）Cách hỏi bao nhiêu tiền 如何問多少錢

- Cái này bao nhiêu tiền? 這個多少錢？
- Cái này bán thế nào? 這個怎麼賣？
- Cái này giá bao nhiêu? 這個價格多少？

（二）Cách mặc cả 討價還價的方法

- Đắt quá, … được không? 太貴了，⋯⋯可以嗎？
- Rẻ hơn một chút được không? 再便宜一點好嗎？
- Tính rẻ cho cháu 算便宜給我
- mặc cả / đừng mặc cả 討價還價 / 不要 / 別討價還價
- nói thách / đừng nói thách 講天價 / 不要講天價

Tiền giấy Việt Nam 越南紙鈔

（三）tự ... một mình nhé! 自己……一個人喔！

- Em tự đi chợ một mình nhé!
  你自己一個人去市場買菜喔！
- Con tự nấu ăn một mình nhé!
  你自己一個人煮飯喔！

（四）Màu sắc 顏色

màu trắng 白色	màu tím 紫色
màu đen 黑色	màu xám 灰色
màu vàng 黃色	màu xanh lá cây (màu xanh lục) 綠色
màu đỏ 紅色	màu xanh da trời (màu xanh lam) (màu xanh dương) 藍色
màu nâu / màu cà phê 棕色 / 咖啡色	màu cam 橘色

（五）Tiền các nước 各國錢幣

đồng Việt Nam (Việt Nam VND) 越南盾	Bảng Anh (Anh quốc GBP) 英磅
Đô la Mỹ (Mỹ USD) 美元	Đô la Hồng Kông (Hồng Kông HKD) 港幣
Đài tệ (Đài Loan TWD) 新台幣	Bạt Thái (Thái Lan THB) 泰銖
Nhân dân tệ (Trung Quốc CNY) 人民幣	Đồng Won (Hàn Quốc KRW) 韓圜
Đồng Euro (Châu Âu EUR) 歐元	Đồng Yên (Nhật Bản JPY) 日圓

Ⅳ LUYỆN TẬP 練習

（一）扮演買賣的人用「**Bao nhiêu tiền?**」、「**Bán thế nào?**」、「**Giá bao nhiêu?**」來問價格與討價還價。

例：Kg / cam / 40.000 VND / 35.000 VND / 38.000 VND

- Chị ơi bao nhiêu tiền 1 kg cam?
- 40.000 đồng em ạ.
- Đắt quá, 35.000 được không chị?
- Đúng 38.000 nhé.

❶ Quả（顆）/ dưa hấu（西瓜）/ 20.000 VND / 15.000 VND / 18.000 VND

- _____
- _____
- _____
- _____

❷ Kg（公斤）/ chanh（檸檬）/ 45.000 VND / 35.000 VND / 38.000 VND

- _____
- _____
- _____
- _____

❸ Kg（公斤）/ táo（蘋果）/ 60.000 VND / 45.000 VND / 50.000 VND

- _____
- _____
- _____
- _____

❹ Nải（串）/ chuối（香蕉）/ 20.000 VND / 15.000 VND / 20.000 VND

- _____
- _____
- _____
- _____

❺ Chiếc（件）/ áo xanh（藍色上衣）/ 300.000VND / 230.00 VND / 250.000 VND

- _____
- _____
- _____
- _____

❻ Chiếc（件）/ quần đen（黑色褲子）/ 250.000 VND / 200.000 VND / 230.000 VND

- _____
- _____
- _____
- _____

❼ Chiếc / váy trắng（白裙）/ 450.000 VND / 380.000 VND / 400.000 VND

- _____
- _____
- _____
- _____

❽ Đôi / giày thể thao nâu（咖啡色運動鞋）/ 260.000 VND / 200.000 VND / 260.000 VND

- _____
- _____
- _____
- _____

❾ Bộ / áo dài đỏ（紅色奧黛）/ 800.000 VND / 600.000 VND / 700.000 VND

- _____
- _____
- _____
- _____

Bài một 第一課
Bài hai 第二課
Bài ba 第三課
Bài bốn 第四課
Bài năm 第五課
Bài sáu 第六課
Bài bảy 第七課
Bài tám 第八課
Bài chín 第九課
Bài mười 第十課
Bài mười một 第十一課
Bài mười hai 第十二課
Phụ lục 附錄

Ⅴ THÀNH NGỮ, TỤC NGỮ, BÀI HÁT
成語、俗語、歌謠

Một vốn bốn lời.
一本萬利。

　　越南語的原文是「一本四利」，因可能為押韻的關係，所以這句成語把「本」（vốn）與「四」（bốn）放在一起（「ốn」押韻），漢越音（漢字在越南的音讀，漢越音很大程度上保留了唐代長安音。）則是與中文同樣的意思「一本萬利」（Nhất bản vạn lợi）。這句成語描述用很少的資本去取得很大的利潤，形容本錢少，利潤大。

越文閱讀參考

　Nguyên văn câu này trong tiếng Việt là "nhất bản tư lợi", vì có thể trong tiếng Việt "vốn" và "bốn" có thể đọc cho vần nên câu thành ngữ này ghép 2 chữ với nhau, trong tiếng Hán Việt giống như trong tiếng Hoa "nhất bản vạn lợi". Câu thành ngữ này muốn nói rằng dùng một khoản vốn rất nhỏ kiếm được một lợi nhuận lớn.

VI KHÁM PHÁ VĂN HÓA VIỆT NAM
認識越南文化

Chợ ở Việt Nam　越南幾個特色市場

（一）Chợ tình Sapa 沙壩愛情市場

每個星期六晚上，位於越南西北部老街省（tỉnh Lào Cai）的山城沙壩（Sapa），總會有少數民族的男男女女聚集在石造的教堂附近，透過歌舞交流情感和熟悉彼此，此即是著名的愛情市場（Chợ tình）。

越文閱讀參考

Cứ vào tối thứ 7 mỗi tuần là phiên chợ tình Sapa (tỉnh Lào Cai) lại diễn ra ở gần nhà thờ đá, những nam nữ dân tộc ít người thường đến đây để hát giao lưu tình cảm và làm quen.

（二）Chợ Đồng Xuân　同春市場

同春市場（Chợ Đồng Xuân）設立於 1804 年，是越南首都河內市（Thành phố Hà Nội）多個歷史悠久的市場之一，擁有數百個攤位，貨品齊全，從衣褲、鞋子、家用品，乃至於食物，應有盡有。

越文閱讀參考

Đây là một trong những ngôi chợ lâu đời ở Hà Nội từ năm 1804 với hàng trăm sạp hàng, bán buôn đủ mọi mặt hàng từ quần áo, giày dép, đồ gia dụng, đến thức ăn.

Bài một 第一課
Bài hai 第二課
Bài ba 第三課
Bài bốn 第四課
Bài năm 第五課
Bài sáu 第六課
Bài bảy 第七課
Bài tám 第八課
Bài chín 第九課
Bài mười 第十課
Bài mười một 第十一課
Bài mười hai 第十二課
Phụ lục 附錄

（三）Chợ Viềng Nam Định 南定旺市場

旺市場位於越南北部南定省（Tỉnh Nam Định）的旺市（Chợ Viềng），每年只舉行一次，時間是農曆的正月初七的半夜到正月初八的早上。相傳，人們來這裡進行農業貨品的交易，是為了「買幸運，賣霉運」，以能獲得整年的平安與福氣。

越文閱讀參考

Chợ Viềng (tỉnh Nam Định - nằm ở miền Bắc Việt Nam) mỗi năm chỉ họp một phiên từ nửa đêm mồng 7 đến sáng mồng 8 Tết, người dân đến đây để "mua may và bán rủi" các sản phẩm nông nghiệp, để cầu cho một năm mới được bình an may mắn.

（四）Chợ nổi Cái Răng Cần Thơ 芹苴街嵐水上市場

在越南西南部的芹苴市（Thành phố Cần Thơ），有著名的街嵐水上市場（Chợ nổi Cái Răng），人們坐船在河面上往來，買賣各類農產、水果、貨品及食品，形成一幅水上人家的特有景致。

越文閱讀參考

Chợ nổi Cái Răng của thành phố Cần Thơ thuộc khu vực Tây Nam Bộ, là chợ nổi chuyên trao đổi, mua bán nông sản, các loại trái cây, hàng hóa, thực phẩm, ăn uống ở trên sông.

（五）Chợ Bến Thành Sài Gòn 西貢檳城市場

設立於 1914 年，檳城市場是胡志明市的大型傳統市場，位於市中心的第一郡，被視為胡志明市的非官方文化象徵。

Đây là khu chợ truyền thống nổi tiếng từ năm 1914, nằm tại quận 1 thuộc trung tâm thành phố và được coi là biểu tượng văn hóa không chính thức của thành phố Hồ Chí Minh.

Cô gái dân tộc ở Sapa 越南沙壩少數民族女孩（照片提供：阮蓮香）

Memo

Bài bốn
第四課

Gọi đồ ăn:
Cho tôi xem thực đơn

點菜：給我看菜單

Cách gọi món ăn 點菜的方法

Đại từ nhân xưng (bạn / anh / chị) + (có) muốn + V + thử không?

第二人稱代名詞＋（有）想要＋動詞＋試著嗎？問別人想要試著做什麼的方式

Cách chúc ăn ngon miệng 祝用餐愉快的各種說法

Người phục vụ: Mời anh chị xem thực đơn.

Thừa Hạo: Cảm ơn anh. (*hỏi Trinh Nghi*)
                 Em muốn ăn gì?

Trinh Nghi: Em muốn gọi phở bò, nghe
                 nói nhà hàng này phở bò tái
                 ngon lắm.

Thừa Hạo: Anh sẽ gọi 2 phở bò và 1 nem
                 rán nhé.

Trinh Nghi: Em cũng muốn thử chả cá
                 nữa, mẹ nói chả cá Lã Vọng
                 rất ngon.

Thừa Hạo: Vậy anh sẽ gọi thêm 1 suất chả cá nữa. À bia ở đây cũng rất
                 ngon. Em có muốn uống thử không?

Trinh Nghi: Vâng, anh gọi bia Hà Nội đi.

Thừa Hạo   (*nói với người phục vụ*) Anh cho 2 bát phở bò, 1 đĩa nem rán,
                 1 suất chả cá, 1 bia Sài Gòn và 1 bia Hà Nội.

Người phục vụ: Nem cuốn và canh chua cá ở đây cũng rất ngon, anh chị có
                 muốn ăn thử không?

Thừa Hạo: Tôi đã gọi nhiều quá rồi, để lần sau nhé.

Người phục vụ: Vâng, xin anh chị đợi một lát.

Bài một 第一課
Bài hai 第二課
Bài ba 第三課
Bài bốn 第四課
Bài năm 第五課
Bài sáu 第六課
Bài bảy 第七課
Bài tám 第八課
Bài chín 第九課
Bài mười 第十課
Bài mười một 第十一課
Bài mười hai 第十二課
Phụ lục 附錄

中譯：

服務生：請哥哥姐姐看菜單。

承浩：感謝大哥。（問貞宜）妳想吃什麼？

貞宜：我想叫牛肉河粉，聽說這間（家）店的生牛肉河粉很好吃。

承浩：這樣我叫兩碗牛肉河粉和一份炸春捲。

貞宜：我還想試試煎魚，媽媽說羅望煎魚很好吃。

承浩：這樣我再多叫一份煎魚。啊，這裡的啤酒也很好喝。妳想喝嗎？

貞宜：好，你點河內啤酒吧。

承浩：（對服務生說）大哥給我們兩碗牛肉河粉、一盤炸春捲、一份煎魚、一杯西貢
　　　啤酒和一杯河內啤酒。

服務生：這裡的生春捲和酸魚湯也很好吃，哥哥姐姐想嚐嚐嗎？

承浩：我已經叫（點）了很多了，下次吧。

服務生：是，請哥哥姐姐稍等一會兒。

❶ thực đơn　菜單

❷ phở bò tái - phở bò chín　生牛肉河粉 - 熟牛肉河粉

❸ nghe nói　聽說

❹ nhà hàng / tiệm ăn, quán ăn　餐廳 / 飯館

❺ nem rán (chả giò chiên)　炸春捲

❻ nem cuốn (gỏi cuốn)　生春捲

❼ chả cá (chả cá Lã Vọng)　烤魚（羅望烤魚；河內傳統美食）

❽ suất / phần　份

❾ bia Hà Nội / bia Sài Gòn　河內啤酒 / 西貢啤酒

❿ lần sau　下一次（lần trước - lần này　上次 - 這次）

⓫ gọi / gọi đồ ăn　點菜

⓬ canh chua cá　酸魚湯

⓭ ngon　好吃

⓮ đợi　等

⓯ một lát　一會兒

⓰ đĩa　盤子

餐具參考詞彙：

詞彙	北部	南部
碗	(cái) bát	(cái) chén
杯	(cái) cốc	(cái) ly
盤子	(cái) đĩa	(cái) dĩa
叉子	(cái) dĩa	(cái) nĩa
湯匙	(cái) thìa	(cái) muỗng
筷子	(đôi) đũa	(đôi) đũa

* cái：指東西的量詞

Bài một 第一課
Bài hai 第二課
Bài ba 第三課
Bài bốn 第四課
Bài năm 第五課
Bài sáu 第六課
Bài bảy 第七課
Bài tám 第八課
Bài chín 第九課
Bài mười 第十課
Bài mười một 第十一課
Bài mười hai 第十二課
Phụ lục 附錄

（一）mời ＋ 第二人稱代名詞＋動詞　請別人做

- <u>mời</u> (anh / chị) ngồi 請坐
- <u>mời</u> (anh / chị) xem thực đơn 請看菜單
- <u>mời</u> (anh / chị) dùng cơm 請用餐
- <u>mời</u> (anh / chị) uống trà 請喝茶

（二）第二人稱代名詞（bạn / anh / chị）＋ (có) muốn ＋ 動詞 ＋ thử không? 問別人想要試著做什麼嗎？

- Chị (Anh) có muốn <u>ăn</u> thử không? 你想要試吃嗎？
- Chị (Anh) có muốn <u>xem</u> thử không? 你想要試看嗎？
- Anh (Chị) có muốn <u>nghe</u> thử không? 你想要試聽嗎？

（三）Cách chúc ăn ngon miệng 祝用餐愉快的說法

- Chúc ngon miệng! 祝用餐愉快！
- Ăn ngon nhé! 用餐愉快！
- Ngon miệng nhé! 用餐愉快！

IV LUYỆN TẬP 練習

（一）看菜單，接著點菜。

Người phục vụ:	Mời anh chị xem thực đơn.
Khách hàng 1:	Tôi muốn gọi _____
	và _____
Khách hàng 2:	Cho tôi thêm _____
	và _____

MÓN KHAI VỊ	開胃菜
Súp gà nấm hương	香菇雞湯
Súp hải sản	海鮮湯
Súp hạt sen	蓮子湯
Súp bào ngư	鮑魚湯
LẨU	**火鍋**
Lẩu gà	雞肉鍋
Lẩu hải sản	海鮮鍋
Lẩu thập cẩm	什錦鍋
Lẩu bò	牛肉鍋
HẢI SẢN	**海產**
Cá hấp	清蒸魚
Cá kho tộ	紅燒魚
Tôm chiên	炸蝦
Mực xào	炒魷魚
CƠM	**飯**
Cơm tấm	碎米飯
Cơm gà quay	烤雞飯
Cơm niêu	沙鍋飯
Cơm sườn rán	炸排骨飯

RAU	青菜
Rau muống xào	炒空心菜
Rau súp lơ xào	炒花椰菜
Ngồng tỏi xào	炒蒜苗
Bắp cải xào	炒高麗菜

ẨM THỰC 3 MIỀN	越南北中南部地區的料理
Miền Bắc	北部
Phở bò	牛肉河粉
Phở gà	雞肉河粉
Bún chả	烤肉米線
Bánh tôm Hồ Tây	西湖蝦餅
Xôi	越式糯米飯
Bánh cuốn	越式粉卷
Chả cá Lã Vọng	羅望烤魚
Miền Trung	中部
Cơm hến Huế	順化蜆飯
Bún bò Huế	順化牛肉米線
Mỳ Quảng	廣南麵
Cơm gà Hội An	會安雞肉飯
Cao lầu	高樓麵
Miền Nam	南部
Bánh mì	法國麵包
Bánh xèo	越式煎餅
Hủ tiếu Nam Vang	金邊粿條
Canh chua cá	酸魚湯
Nem cuốn / Gỏi cuốn	生春捲
Nem rán / Chả giò	炸春捲

Nem cuốn (Gỏi cuốn) 生春捲（照片提供：阮蓮香）

❶

Người phục vụ: Mời anh chị xem thực đơn.

Khách hàng 1: Tôi muốn gọi _____

và _____

Khách hàng 2: Cho tôi thêm _____

và _____

❷

Người phục vụ: Mời anh chị xem thực đơn.

Khách hàng 1: Tôi muốn gọi _____

và _____

Khách hàng 2: Cho tôi thêm _____

và _____

❸

Người phục vụ: Mời anh chị xem thực đơn.

Khách hàng 1: Tôi muốn gọi _____

và _____

Khách hàng 2: Cho tôi thêm _____

và _____

Bài một 第一課
Bài hai 第二課
Bài ba 第三課
Bài bốn 第四課
Bài năm 第五課
Bài sáu 第六課
Bài bảy 第七課
Bài tám 第八課
Bài chín 第九課
Bài mười 第十課
Bài mười một 第十一課
Bài mười hai 第十二課
Phụ lục 附錄

❹

Người phục vụ: Mời anh chị xem thực đơn.

Khách hàng 1:   Tôi muốn gọi _____

và _____

Khách hàng 2:   Cho tôi thêm _____

và _____

❺

Người phục vụ: Mời anh chị xem thực đơn.

Khách hàng 1:   Tôi muốn gọi _____

và _____

Khách hàng 2:   Cho tôi thêm _____

và _____

❻

Người phục vụ: Mời anh chị xem thực đơn.

Khách hàng 1:   Tôi muốn gọi _____

và _____

Khách hàng 2:   Cho tôi thêm _____

và _____

❼

Người phục vụ: Mời anh chị xem thực đơn.

Khách hàng 1:   Tôi muốn gọi _____

và _____

Khách hàng 2:   Cho tôi thêm _____

và _____

❽

Người phục vụ: Mời anh chị xem thực đơn.

Khách hàng 1:   Tôi muốn gọi _____

                và _____

Khách hàng 2:   Cho tôi thêm _____

                và _____

❾

Người phục vụ: Mời anh chị xem thực đơn.

Khách hàng 1:   Tôi muốn gọi _____

                và _____

Khách hàng 2:   Cho tôi thêm _____

                và _____

❿

Người phục vụ: Mời anh chị xem thực đơn.

Khách hàng 1:   Tôi muốn gọi _____

                và _____

Khách hàng 2:   Cho tôi thêm _____

                và _____

Bài một 第一課
Bài hai 第二課
Bài ba 第三課
Bài bốn 第四課
Bài năm 第五課
Bài sáu 第六課
Bài bảy 第七課
Bài tám 第八課
Bài chín 第九課
Bài mười 第十課
Bài mười một 第十一課
Bài mười hai 第十二課
Phụ lục 附錄

V THÀNH NGỮ, TỤC NGỮ, BÀI HÁT
成語、俗語、歌謠

Ăn Bắc mặc Nam.
吃北穿南。

越南人以前常用「吃北穿南」這個成語來比較北-南兩地的文化特色。具體而言，提到飲食，包括料理種類以及吃、喝的習俗，北部更為豐富多樣；而提到穿著形式、服裝類別，南部人則比較重視和講究。在現代越南人的生活中並沒有分得那麼清楚，但偶爾還是會以這種說法來概括越南所謂的吃穿文化。

Bùi Huy Quang 畫家的作品

越文閱讀參考

Người Việt trước đây thường dùng thành ngữ "ăn Bắc mặc Nam" để so sánh đặc trưng văn hóa của hai miền Bắc - Nam. Cụ thể, nhắc đến ẩm thực bao gồm các loại món ăn và tập tục ăn uống thì miền Bắc phong phú đa dạng hơn; nhắc đến hình thức ăn mặc, kiểu loại trang phục thì người miền Nam lại có vẻ coi trọng và tỉ mỉ hơn. Trong cuộc sống của người Việt hiện đại thì không còn phân biệt rõ như vậy, nhưng đôi khi vẫn dùng cách nói này để khái quát về văn hóa ăn uống của Việt Nam.

越南人三餐吃些什麼？

　越南人一天通常吃三餐。早餐多半在外吃，食物包含河粉、米線、糯米飯、粥、越式三明治……等等。午餐則常在工作的地方用餐，如上班族飯館或平價飯館，學生則可以吃學校的餐廳。晚餐越南人通常會回家與全家人共享。

　午餐和晚餐的主食一般來說是飯，外加一道青菜、一碗湯，再搭配一、兩道肉類、魚、海鮮製品，並和親友沾著同一份魚露。在農村，眾人經常席地而坐，圍繞著放飯菜的圓形托盤一同用餐。

　越南人吃飯時通常會請年長者先用，例如孫子孫女會請爺爺奶奶吃飯，小孩會請父母吃飯。

越文閱讀參考

Người Việt 3 bữa ăn gì?

Người Việt Nam một ngày thường ăn 3 bữa.

Bữa sáng chủ yếu ăn ở ngoài với những món như phở, bún, xôi, cháo, bánh mì .... Bữa trưa mọi người thường ăn ở nơi làm việc như quán cơm văn phòng hoặc quán cơm bình dân, các em học sinh có thể ăn tại nhà ăn của trường. Bữa tối thường ăn ở nhà và là bữa cơm có cả nhà đông đủ.

Thực phẩm chính của hai bữa này thường là cơm, một món rau, một món canh và một hoặc hai món chế biến từ các loại thịt cá hải sản. Mọi người thường có thói quen dùng chung một bát nước mắm. Ở nông thôn, người ta thường hay ngồi dưới đất hoặc trải chiếu ngồi ăn cơm quanh một cái mâm tròn.

Người Việt thường có thói quen mời cơm những người lớn tuổi trước khi ăn, như cháu mời ông bà, con mời bố mẹ ăn cơm.

＊ Trang mạng các địa điểm ăn uống ở Hà Nội và Sài Gòn (thành phố Hồ Chí Minh):

介紹河內和西貢（胡志明市）用餐地點的網站：

https://www.foody.vn/ha-noi

https://www.foody.vn/ho-chi-minh/bo-suu-tap

Phở gà 雞肉河粉（照片提供：阮蓮香）

Gọi đồ uống:
Cho tôi một ly trà sữa trân châu Đài Loan
點飲料：給我一杯臺灣珍珠奶茶

Cách gọi đồ uống 點飲料的方法

Cả A lẫn B là ... A 和 B 全部（總共）是……

Thêm ... nữa 再加……

Cách hỏi bao nhiêu tiền / tính tiền

問多少錢 / 結帳方式的説法

Ở quán cà phê

Người phục vụ:	Các anh chị uống gì ạ?
Đình Đình & Thừa Hạo và Vera:	Cho chúng em 1 cà phê đen đá, 1 sinh tố xoài và 1 nước cam nóng không đường nhé!
Người phục vụ:	Các anh chị có dùng thêm gì nữa không?
Đình Đình:	Ở đây có trà sữa trân châu Đài Loan nữa phải không anh?
Người phục vụ:	Dạ có ạ.
Đình Đình:	Cho chúng em thêm 2 ly trà sữa trân châu nữa.
Vera:	Anh cho thêm 1 bánh sôcôla chuối.
Người phục vụ:	Vâng, các anh chị gọi tất cả là: 1 cà phê đen đá, 1 sinh tố xoài, 1 nước cam nóng không đường, 2 trà sữa trân châu Đài Loan và 1 bánh sôcôla chuối.
Đình Đình & Thừa Hạo và Vera:	Đúng rồi ạ.
	...
Đình Đình & Thừa Hạo và Vera:	Anh ơi tính tiền cho chúng em.
Người phục vụ:	Của các anh chị cả đồ uống lẫn bánh ngọt là 150.000 đồng.

中譯：

在咖啡廳

服務生：各位哥哥姐姐喝什麼？

亭亭、承浩和薇拉：給我們一杯冰黑咖啡、一杯芒果果昔和一杯熱的無糖柳橙汁。

服務生：各位哥哥姐姐還有需要什麼嗎？

亭亭：這裡還有臺灣的珍珠奶茶對嗎，大哥？

服務生：是的，有的。

亭亭：再給我們加兩杯珍珠奶茶。

薇拉：大哥，加一個香蕉巧克力蛋糕。

服務生：是，各位哥哥姐姐總共叫了一杯冰黑咖啡、一杯芒果果昔、一杯熱的無糖柳橙汁、兩杯臺灣珍珠奶茶和一個香蕉巧克力蛋糕。

亭亭、承浩和薇拉：正確。

…

亭亭、承浩和薇拉：大哥，幫我們算錢（結帳）。

服務生：各位哥哥姐姐的飲料和蛋糕全部（總共）是十五萬越南盾。

II TỪ VỰNG 詞彙

❶ cho 給

❷ cà phê đen đá 冰黑咖啡

❸ sinh tố 果汁、果昔

❹ xoài 芒果

❺ nước cam 柳丁汁、柳橙汁

❻ nóng / lạnh / đá 熱 / 冷 / 冰

❼ đường 糖

❽ dùng 用

❾ trà sữa trân châu 珍珠奶茶

❿ ly / cốc 杯子

⓫ bánh sôcôla chuối 香蕉巧克力蛋糕

⓬ gọi 叫、點

⓭ tất cả 全部

⓮ tính tiền 結帳、算錢

Ⅲ CHÚ THÍCH NGỮ PHÁP 文法解釋

（一）Cho ... nhé! 給……喔！

- <u>Cho (tôi)</u> một ly nước cam <u>nhé</u>! 給（我）一杯柳丁汁喔！
- <u>Cho (tôi)</u> một ly cà phê sữa <u>nhé</u>! 給（我）一杯煉乳咖啡喔！

（二）Cả A lẫn B là ... A 和 B 全部（總共）是……

- <u>Cả</u> đồ uống <u>lẫn</u> bánh ngọt <u>là</u> 150.000 đồng.
  飲料和蛋糕全部（總共）是十五萬越南盾。
- <u>Cả</u> cà phê <u>lẫn</u> sinh tố <u>là</u> 60.000 đồng.
  咖啡和果汁全部（總共）是六萬越南盾。

（三）Thêm ... nữa 再……加……

- Cho tôi <u>thêm</u> 1 cốc nước mía <u>nữa</u>. 再給我加一杯甘蔗汁。
- Cho tôi <u>thêm</u> 2 ly nước dừa <u>nữa</u>. 再給我加兩杯椰子水。

（四）Cách hỏi bao nhiêu tiền / tính tiền 問多少錢 / 結帳方式的說法

- Chị ơi, tính tiền. 姐姐，結帳。
- Của tôi bao nhiêu tiền? 我的多少錢？
- Tổng cộng bao nhiêu tiền? 總共多少錢？
- Tất cả bao nhiêu tiền? 全部多少錢？

（一）進入咖啡店，看菜單並按照以下的內容進行造句。

例：

A：<u>Bạn / Anh / Chị</u> dùng gì?

B：Cho tôi <u>1 cà phê đen nóng</u> và <u>1 bánh Tiramisu</u>. Tất cả bao nhiêu tiền?

A：Của <u>bạn / anh / chị</u> tổng cộng là <u>50.000 đồng</u>.

B：Gửi <u>bạn / anh / chị</u>.

THỰC ĐƠN 菜單	
Cà phê 咖啡	
Cà phê đen nóng 熱越式黑咖啡	15.000 đồng
Cà phê đen đá 冰越式黑咖啡	15.000 đồng
Cà phê sữa nóng 熱越式煉乳咖啡	22.000 đồng
Cà phê sữa đá 冰越式煉乳咖啡	20.000 đồng
Cà phê trứng 越式雞蛋咖啡	25.000 đồng
Trà 茶	
Trà sữa trân châu Đài Loan 臺灣珍珠奶茶	30.000 đồng
Trà chanh dây 百香果茶	18.000 đồng
Trà sữa matcha 抹茶奶茶	20.000 đồng
Trà sữa đào 桃子奶茶	25.000 đồng
Sinh tố 果昔	
Sinh tố xoài 芒果果昔	25.000 đồng
Sinh tố bơ 酪梨果昔	30.000 đồng
Sinh tố mãng cầu 鳳梨釋迦果昔	20.000 đồng
Sinh tố tổng hợp 綜合果昔	26.000 đồng

Nước ép 果汁	
Nước ép dưa hấu 西瓜汁	15.000 đồng
Nước ép cam 柳丁汁、柳橙汁	18.000 đồng
Nước ép cà rốt 胡蘿蔔汁	15.000 đồng
Nước ép kiwi 奇異果汁	22.000 đồng
Bánh ngọt 蛋糕	
Bánh sôcôla chuối 香蕉巧克力蛋糕	20.000 đồng
Bánh kem 冰淇淋蛋糕	30.000 đồng
Bánh Tiramisu 提拉米蘇蛋糕	28.000 đồng
Bánh Macaron 馬卡龍蛋糕	15.000 đồng

❶

A： _____

B： _____

A： _____

B： _____

❷

A： _____

B： _____

A： _____

B： _____

Bài một 第一課
Bài hai 第二課
Bài ba 第三課
Bài bốn 第四課
Bài năm 第五課
Bài sáu 第六課
Bài bảy 第七課
Bài tám 第八課
Bài chín 第九課
Bài mười 第十課
Bài mười một 第十一課
Bài mười hai 第十二課
Phụ lục 附錄

❸

A：_____

B：_____

A：_____

B：_____

❹

A：_____

B：_____

A：_____

B：_____

❺

A：_____

B：_____

A：_____

B：_____

❻

A ：_____

B ：_____

A ：_____

B ：_____

❼

A ：_____

B ：_____

A ：_____

B ：_____

❽

A ：_____

B ：_____

A ：_____

B ：_____

Bài một 第一課
Bài hai 第二課
Bài ba 第三課
Bài bốn 第四課
Bài năm 第五課
Bài sáu 第六課
Bài bảy 第七課
Bài tám 第八課
Bài chín 第九課
Bài mười 第十課
Bài mười một 第十一課
Bài mười hai 第十二課
Phụ lục 附錄

❾

A：＿＿＿＿＿＿＿＿＿＿＿＿＿＿＿＿＿＿＿＿＿＿＿

B：＿＿＿＿＿＿＿＿＿＿＿＿＿＿＿＿＿＿＿＿＿＿＿

A：＿＿＿＿＿＿＿＿＿＿＿＿＿＿＿＿＿＿＿＿＿＿＿

B：＿＿＿＿＿＿＿＿＿＿＿＿＿＿＿＿＿＿＿＿＿＿＿

❿

A：＿＿＿＿＿＿＿＿＿＿＿＿＿＿＿＿＿＿＿＿＿＿＿

B：＿＿＿＿＿＿＿＿＿＿＿＿＿＿＿＿＿＿＿＿＿＿＿

A：＿＿＿＿＿＿＿＿＿＿＿＿＿＿＿＿＿＿＿＿＿＿＿

B：＿＿＿＿＿＿＿＿＿＿＿＿＿＿＿＿＿＿＿＿＿＿＿

V THÀNH NGỮ, TỤC NGỮ, BÀI HÁT
成語、俗語、歌謠

Uống nước nhớ nguồn.

飲水思源。

Rượu nhạt uống lắm cũng say, người khôn nói lắm dẫu hay cũng nhàm.

薄酒多飲仍醉，聰敏之人（者）言多亦無味。

（勸人講話應適可而止，過多的言語易使旁人厭煩。）

Cà phê Việt Nam 越式咖啡（照片提供：阮蓮香）

越南的冰茶文化

到了越南，你將能接觸到冰茶文化。這樣的平民飲料無處不在。一張小桌子，幾張紅綠塑膠椅，以及一些漂亮的玻璃杯。

如同蜂蜜般黃澄澄的冰茶，搭配雪白晶瑩的冰塊於其中載浮載沉，使得陣陣的暑氣隨之消退。

簡樸的茶館可以是學生戀情萌芽之處，或象徵著在工作之後的小憩片刻，也可能讓人想到一些街坊的趣談、校園的故事……

冰茶就像臺灣的珍珠奶茶，這個品牌不代表任何人，而是代表了一個如此親切的越南。

越文閱讀參考

Văn hóa trà đá Việt Nam

Đến Việt Nam bạn sẽ được tiếp xúc với văn hoá trà đá. Đồ uống dân dã ấy có mặt khắp mọi nơi. Một cái bàn nhỏ, mấy chiếc ghế nhựa xanh đỏ và những chiếc cốc thủy tinh xinh xinh.

Những cơn gió nóng sẽ bớt nóng đi với cốc trà đá vàng óng như mầu mật ong và thỏi đá trắng trong suốt ngập ngừng lặn ngụp.

Quán trà giản dị là điểm gặp của mối tình học trò, những phút giây thư giãn nho nhỏ sau buổi làm việc, những câu chuyện phố phường, chuyện lớp học ...

Trà đá cũng như trà sữa trân châu Đài Loan, một thương hiệu không mang tên cá nhân ai, mà mang tên một Việt Nam thân thương.

Bài sáu
第六課

Ở khách sạn: Chào chị, tôi muốn đặt phòng

在飯店：妳好，我想訂房

Cách đặt phòng khách sạn　訂房的說法

Cách hỏi về các loại giấy tờ tùy thân　查看各類隨身證件的提問方式

Tầng - Lầu: Cách nói khác nhau giữa hai miền

層 - 樓：南北越用詞的差別

Thừa Hạo: Chào chị, tôi muốn đặt phòng.

Lễ tân: Chào anh, anh muốn đặt loại phòng nào? Phòng đơn hay phòng đôi?

Thừa Hạo: Phòng đơn và phòng đôi giá thế nào?

Lễ tân: Phòng đơn giá 35 đôla / đêm, phòng đôi giá 45 - 50 đôla / đêm, anh ạ.

Thừa Hạo: Vậy chị cho tôi đặt 1 phòng đơn 3 đêm.

Lễ tân: Xin anh cho xem Hộ chiếu hoặc Chứng minh thư …. Vâng, đây là chìa khóa của phòng anh, phòng số 916. Cầu thang máy lên phòng bên tay phải.

Thừa Hạo: Bữa sáng thế nào hả chị?

Lễ tân: Bữa sáng có phục vụ ở tầng 1 anh ạ.

Thừa Hạo: Gần đây có quán phở nào không chị?

Lễ tân: Có anh ạ, ở bên phải khách sạn, đi ra cửa rẽ phải rất tiện.

Thừa Hạo: Xin cảm ơn chị.

中譯：

承浩：妳好，我想訂房。

接待人員：大哥你好，你想要怎麼樣的房型？單人房還是雙人房？

承浩：單人房和雙人房的價錢如何？

接待人員：單人房一晚三十五美元，雙人房一晚四十五到五十美元，大哥。

承浩：這樣妳讓我訂一間單人房，三晚。

接待人員：請大哥讓我看護照或證明文件……。好，這是房間的鑰匙，房號916。上去房間的電梯在右手邊。

承浩：早餐如何呢，姐姐？

接待人員：早餐在一樓提供服務，大哥。

承浩：附近有河粉店嗎，姐姐？

接待人員：有，大哥，在靠旅館的右邊，出大門後右轉，很方便。

承浩：感謝姐姐。

II TỪ VỰNG 詞彙

❶ đặt phòng 訂房

❷ lễ tân 接待人員

❸ loại phòng 房型

❹ phòng đơn 單人房

❺ phòng đôi 雙人房

❻ đêm 晚

❼ hộ chiếu 護照

❽ hay / hoặc 還是 / 或

❾ chứng minh thư 身分證

❿ chìa khóa phòng 房間鑰匙

⓫ cầu thang máy / cầu thang bộ / cầu thang cuốn 電梯 / 樓梯 / 手扶梯

⓬ bữa sáng 早餐

⓭ gần đây 最近、附近

⓮ phục vụ 服務

⓯ quán phở / tiệm phở 河粉店

⓰ tiện 方便

⓱ có tiện không? 有方便嗎？

Ⅲ CHÚ THÍCH NGỮ PHÁP 文法解釋

（一）Đặt phòng 訂房

- Tôi muốn <u>đặt phòng</u>. 我想訂房。
- Xin hỏi, khách sạn còn phòng trống không? 請問，飯店還有空房嗎？

（二）Cách hỏi về các loại giấy tờ tùy thân 查看各類隨身證件的提問方式

- Xin anh cho xem <u>Hộ chiếu</u>. 請你給（我）看護照。
- Xin anh cho xem <u>Chứng minh thư</u>. 請你給（我）看身分證。
- Xin anh cho xem <u>Giấy phép lái xe</u>. 請你給（我）看駕照。

（三）Phân loại khách sạn 飯店分類

- khách sạn 飯店
- nhà nghỉ 賓館
- homestay 民宿
- resort 渡假村
- khách sạn 3 sao, 4 sao, 5 sao, 6 sao 三星級、四星級、五星級、六星級飯店

（四）Tham khảo thêm một số từ liên quan 一些參考的相關詞彙

- Wi-Fi miễn phí 免費無線網路
- hồ bơi 游泳池
- Trung tâm thể dục 健身中心
- Lễ tân 24 giờ 24 小時提供服務
- nước nóng 熱水
- Cho tôi gửi hành lý tại đây. 請讓我把行李放在這裡。

（五）**Tầng / Lầu** 樓層

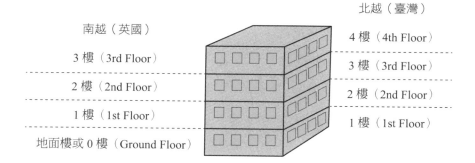

Lầu 南越（像英國）	**Tầng** 北越（像臺灣）
Lầu trệt　一樓	Tầng 1　一樓
Lầu 1　　二樓	Tầng 2　二樓
Lầu 2　　三樓	Tầng 3　三樓
Lầu 3　　四樓	Tầng 4　四樓

第一課 Bài một
第二課 Bài hai
第三課 Bài ba
第四課 Bài bốn
第五課 Bài năm
第六課 Bài sáu
第七課 Bài bảy
第八課 Bài tám
第九課 Bài chín
第十課 Bài mười
第十一課 Bài mười một
第十二課 Bài mười hai
附錄 Phụ lục

Ⅳ LUYỆN TẬP 練習

（一）練習用以下的資訊訂飯店。

- Chào chị, tôi muốn đặt phòng.
- Anh / Chị muốn đặt loại phòng nào?
- Tôi muốn đặt _____ Bao nhiêu tiền một đêm?
- _____ một đêm
- Tôi muốn đặt _____

❶　　　Phòng đơn / 25 đôla / 3 đêm　單人房

- _____
- _____
- _____
- _____
- _____

❷　　　Phòng đôi / 40 đôla / 4 đêm　雙人房

- _____
- _____
- _____
- _____
- _____

❸　　　Phòng Deluxe / 180 đôla / 2 đêm　豪華房

- _____
- _____
- _____

- _____
- _____

❹ Phòng giường đơn / 20 đôla / 1 đêm 單人床房間

- _____
- _____
- _____
- _____
- _____

❺ Phòng giường đôi / 30 đô la / 4 đêm 雙人床房間

- _____
- _____
- _____
- _____
- _____

❻ Phòng tiêu chuẩn / 20 đô la / 5 đêm 標準房

- _____
- _____
- _____
- _____
- _____

❼ Phòng hướng nhìn ra phố/ 18 đôla/ 6 đêm 街景房

- _____
- _____
- _____
- _____
- _____

Bài một 第一課
Bài hai 第二課
Bài ba 第三課
Bài bốn 第四課
Bài năm 第五課
Bài sáu 第六課
Bài bảy 第七課
Bài tám 第八課
Bài chín 第九課
Bài mười 第十課
Bài mười một 第十一課
Bài mười hai 第十二課
Phụ lục 附錄

❽ Phòng hướng nhìn ra biển / 36 đôla / 2 đêm 海景房

- _____
- _____
- _____
- _____
- _____

❾ Phòng hướng nhìn ra núi / 32 đôla / 3 đêm 山景房

- _____
- _____
- _____
- _____
- _____

❿ Phòng hướng nhìn ra vườn hoa / 32 đôla / 3 đêm 花園景房

- _____
- _____
- _____
- _____
- _____

（二）填寫以下的表格

Khách sạn Hà Nội 河內大飯店

- Họ tên（姓名）：

_____

- Quốc tịch（國籍）：

_____

- Giới tính（性別男／女）：

_____

- Số phòng（房號）：

_____

- Giá tiền（價錢）：

_____

- Thời gian ở từ ... đến（入住時間從……到……）

_____

- Đã thanh toán ngày（已付日期）：VND（越南盾）／ US$（美金）

_____

第一課 Bài một
第二課 Bài hai
第三課 Bài ba
第四課 Bài bốn
第五課 Bài năm
第六課 Bài sáu
第七課 Bài bảy
第八課 Bài tám
第九課 Bài chín
第十課 Bài mười
第十一課 Bài mười một
第十二課 Bài mười hai
附錄 Phụ lục

Sài Gòn đẹp lắm
西貢真美

歌詞：Y Vân（Y 雲）

翻譯：黎氏寶珠

Dừng chân trên bến khi chiều nắng chưa phai,
當夕陽未降落時，我在岸邊停步，

Từ xa thấp thoáng muôn tà áo tung bay
看到遠方在隱現飄動的衣衫

Nếp sống vui tươi nối chân nhau đến nơi này
一起來到這裡充滿樂趣的生活

Sài Gòn đẹp lắm, Sài Gòn ơi ! Sài Gòn ơi !
西貢啊西貢，妳真美！

Ngựa xe như nước trên đường vẫn qua mau
車如水馬如龍，在路上迅速流逝

Người ra thăm bến câu chào nói lao xao
參觀碼頭的人們互相問好

Phố xá thênh thang đón chân tôi đến chung vui
寬闊的街頭歡迎我一起來歡樂

Sài Gòn đẹp lắm, Sài Gòn ơi ! Sài Gòn ơi !
西貢啊西貢，妳真美！

Lá la la lá la

啦啦啦啦

Lá la la lá la

啦啦啦啦

Tiếng cười cùng gió chan hòa niềm vui say sưa.

笑聲隨風，傳播著濃郁的趣味。

Lá la la lá la

啦啦啦啦

Lá la la lá la

啦啦啦啦

Ôi đời đẹp quá, tràn bao ý thơ.

喔美麗的生活，充滿著深沉的詩意。

Một tình yêu mến ghi lời hát câu ca

這份愛情就用歌詞記下

Để lòng thương nhớ bao ngày vắng nơi xa.

以彌補長久遠離的懷念。

Sống mãi trong tôi bóng hôm nay sẽ không phai

今日情景活在我心中，永不淡忘

Sài Gòn đẹp lắm, Sài Gòn ơi ! Sài Gòn ơi !

西貢啊西貢，妳真美！

Bài một 第一課
Bài hai 第二課
Bài ba 第三課
Bài bốn 第四課
Bài năm 第五課
Bài sáu 第六課
Bài bảy 第七課
Bài tám 第八課
Bài chín 第九課
Bài mười 第十課
Bài mười một 第十一課
Bài mười hai 第十二課
Phụ lục 附錄

VI KHÁM PHÁ VĂN HÓA VIỆT NAM
認識越南文化

Top 10 Khách sạn 5 sao tốt nhất ở Hà Nội, Việt Nam
越南河內前十名五星級飯店

❶ Khách sạn InterContinental Hanoi Landmark 72
　河內地標 72 洲際酒店 & 度假村

❷ Khách sạn Apricot　河內埃普里科特飯店

❸ Khách sạn Lotte Melia Hanoi　河內美利亞飯店

❹ Khách sạn Sofitel Legend Metropole　河內傳奇新都城索菲特酒店

❺ Khách sạn Elegant Suites Westlake　河內西湖典雅套房酒店

❻ Khách sạn JW Marriott　河內 JW 萬豪酒店

❼ Khách sạn Sheraton Hanoi　河內喜來登酒店

❽ Khách sạn Daewoo Hà Nội　河內大宇酒店

❾ Khách sạn Hilton Hà Nội Opera　河內希爾頓歌劇酒店

❿ Khách sạn InterContinental Hanoi Westlake　河內西湖洲際酒店

Top 10 Khách sạn 5 sao tốt nhất ở Sài Gòn (thành phố Hồ Chí Minh) Việt Nam

越南西貢（胡志明市）前十名五星級飯店

❶ Khách sạn Rex　西貢雷克斯酒店

❷ Khách sạn Majestic　西貢馬傑斯迪克酒店

❸ Khách sạn Caravelle　西貢卡拉維拉西貢酒店

❹ Khách sạn Continental　西貢大陸酒店

❺ Khách sạn Sheraton　西貢喜來登酒店

❻ Khách sạn New World　西貢新世界酒店

❼ Khách sạn Renaissance Riverside　西貢河畔萬麗酒店

❽ Khách sạn Tajmasago Castle　西貢塔瑪薩格城堡

❾ Khách sạn Sofitel Plaza　西貢索菲特酒店

❿ Khách sạn Park Hyatt Saigon　西貢柏悅酒店

Khách sạn Park Hyatt Saigon　西貢柏悅酒店（照片提供：阮蓮香）

第一課 Bài một
第二課 Bài hai
第三課 Bài ba
第四課 Bài bốn
第五課 Bài năm
第六課 Bài sáu
第七課 Bài bảy
第八課 Bài tám
第九課 Bài chín
第十課 Bài mười
第十一課 Bài mười một
第十二課 Bài mười hai
附錄 Phụ lục

Memo

Đồ lưu niệm:
Chúng tôi muốn mua đồ lưu niệm

紀念品：我們想買紀念品

Tên các món đồ lưu niệm 紀念品名稱

đã ở cuối câu 句子 ＋ đã 要先做什麼

Nghe nói 聽說

Cách dùng từ hơi ＋ tính từ

稍微（有點） ＋ 形容詞（表達負面的意思）

Ở cửa hàng lưu niệm

Người bán hàng: Mời anh chị vào xem.

Thừa Hạo: Nghe nói tranh sơn mài Việt Nam rất nổi tiếng.

Trinh Nghi: Chúng tôi muốn xem tranh sơn mài đã.

Người bán hàng: Anh chị muốn xem bức nào ạ?

Trinh Nghi: Bức cô gái đội nón lá kia bao nhiêu tiền hả anh?

Người bán hàng: Bức này 2 triệu đồng.

Trinh Nghi: (*nói với Thừa Hạo*) Đẹp nhưng hơi đắt nhỉ.

Người bán hàng: Vâng, những bức này chất liệu rất tốt.

Thừa Hạo: Tôi muốn xem tranh thêu XQ.

Trinh Nghi: Tôi muốn mua thêm 2 chiếc áo dài cỡ M, 5 chiếc áo thun in cờ Việt Nam nữa nhé.

Người bán hàng: Dạ đều ở đây - mời anh chị xem.

Thừa Hạo: Cho tôi thêm 1 bộ đồ ăn gốm Bát Tràng.

Trinh Nghi: Tất cả là bao nhiêu tiền?

Người bán hàng: Dạ, tất cả là 8 triệu ạ.

Trinh Nghi: Có thể tính rẻ một chút được không?

Người bán hàng: Dạ - bớt cho anh chị 200 ngàn.

中譯：

在紀念（留念）品商店

賣家：請哥哥姐姐進來看看。

承浩：聽說越南的漆畫很有名。

貞宜：我們想先看漆畫。

賣家：哥哥姐姐想看哪一幅畫？

貞宜：那一幅女孩戴斗笠的漆畫多少錢呢？

賣家：這幅畫兩百萬越南盾。

貞宜：（對承浩說）漂亮但有點貴。

賣家：是，這幾幅質料很好。

承浩：我想看 XQ 刺繡畫。

貞宜：我想再多買兩件尺寸 M 的奧黛（越南傳統國服）、五件印有越南國旗的 T 恤。

賣家：是，都在這裡，請哥哥姐姐看看。

承浩：請多給我一套鉢場陶瓷餐具。

貞宜：全部是多少錢？

賣家：是，全部是八百萬越南盾。

貞宜：可以算便宜一點嗎？

賣家：是，給哥哥姐姐二十萬的折扣。

＊「XQ」是越南刺繡的知名品牌。

＊「Bát Tràng」（鉢場）是越南河內著名的陶瓷村，有「河內的景德鎮」之稱。

❶ vào　進來

❷ nghe nói　聽說

❸ tranh sơn mài　漆畫

❹ nổi tiếng　有名

❺ bức　幅

❻ cô gái　女生

❼ đội　戴

❽ nón lá　斗笠

❾ hơi　稍微、有點

❿ đắt　貴

⓫ tranh thêu　刺繡畫

⓬ chất liệu　材料、質料

⓭ áo thun　T恤

⓮ in　印

⓯ cờ　國旗

⓰ tất cả　全部

⓱ triệu　百萬

⓲ bộ đồ ăn　餐具

⓳ gốm Bát Tràng　鉢場陶瓷

⓴ tính rẻ　算便宜

㉑ bớt　減少、折扣

Ⅲ CHÚ THÍCH NGỮ PHÁP 文法解釋

（一）句子＋ **đã** 要先做什麼

- Tôi phải học tiếng Việt <u>đã</u>.　我應該先學越南語。

- Tôi muốn xem tranh sơn mài <u>đã</u>.　我想先看漆畫。

- Tôi chưa đi Nhật Bản, tôi phải đi Việt Nam <u>đã</u>.
  我還沒去過日本，我應該先去越南。

（二） **Nghe nói** 聽說

- <u>Nghe nói</u> tranh sơn mài Việt Nam rất nổi tiếng.
  聽說越南漆畫很有名。

- <u>Nghe nói</u> áo dài của nhà thiết kế này rất đẹp.
  聽說這位設計師的奧黛（越南傳統國服）很漂亮。

- <u>Nghe nói</u> cửa hàng này bán giá rất phải chăng.
  聽說這家店的價錢很公道（合理）。

（三） **hơi** 稍微（有點）＋形容詞（表達負面的意思）

- Ở đây bán <u>hơi</u> đắt.　這裡賣的稍（有點）貴。

- Trường học ở <u>hơi</u> xa.　學校稍（有點）遠。

- Bạn đang nói <u>hơi</u> to.　你講話稍（有點）大聲。

（四） **mua thêm ... nữa** 再多買⋯⋯

- Tôi muốn <u>mua thêm</u> 3 cái áo dài <u>nữa</u>.
  我想多買三件奧黛（越南傳統國服）。

- Tôi muốn <u>mua thêm</u> 2 bức tranh Đông Hồ <u>nữa</u>.
  我想多買兩幅東湖畫。

＊東湖畫：「請見 P.106 認識越南文化介紹」

Bài một 第一課
Bài hai 第二課
Bài ba 第三課
Bài bốn 第四課
Bài năm 第五課
Bài sáu 第六課
Bài bảy 第七課
Bài tám 第八課
Bài chín 第九課
Bài mười 第十課
Bài mười một 第十一課
Bài mười hai 第十二課
Phụ lục 附錄

- Tôi muốn <u>mua thêm</u> 5 chiếc nón lá <u>nữa</u>.
  我想多買五頂斗笠。

（五）Lượng từ 量詞

描述東西的數量，量詞放在數字的後面。

- cái / chiếc 個 / 件
  5 chiếc áo dài. 五件奧黛（越南傳統國服）。
- bức 幅
  2 bức tranh Đông Hồ. 兩幅東湖畫。
- tấm 張
  3 tấm ảnh Vịnh Hạ Long. 三張下龍灣的照片。

（一）請按照以下的對話，用下面的詞彙來輪流詢問與回答：

A：Xin hỏi, ở đây có _____ không?

B：Dạ có.

A：Bao nhiêu tiền 1 chiếc / bộ _____

B：Vâng, giá của sản phẩm này là _____

A：Tôi muốn xem thêm _____

B：Vâng, đây ạ.

A：Tổng cộng bao nhiêu tiền?

B：Tất cả là _____

Tên sản phẩm　產品名稱	Giá tiền　價格
nón lá thêu 繡斗笠	50.000 VND / chiếc
tranh Đông Hồ 東湖畫 đám cưới chuột 老鼠的婚禮	60.000 VND / bức
áo dài truyền thống 傳統奧黛	1.000.000 VND / chiếc
áo dài cách tân 改良奧黛	450.000 VND / chiếc
tranh sơn mài 漆畫	3.000.000 VND / bức
nước hoa Ms Sài Gòn 西貢小姐香水	400.000 VND / lọ

gốm Bát Tràng 鉢場陶瓷	2.000.000 VND / bộ
tranh thêu XQ XQ 刺繡畫	10.000.000 VND / bức
áo thun in cờ Việt Nam 印越南國旗的 T 恤	80.000 VND / chiếc
cà phê Trung Nguyên (3 trong 1) 中原咖啡（三合一）	100.000 VND / túi to (50 túi nhỏ)
bánh đậu xanh Rồng vàng 金龍綠豆糕	40.000 VND / gói (150 gram)
hạt điều 腰果	120.000 VND / gói (500 gram)

Tranh Đông Hồ: Đám cưới chuột 東湖畫：老鼠的婚禮

❶

A：＿＿＿＿＿＿＿＿＿＿＿＿＿＿＿＿＿＿＿＿＿＿＿＿＿

B：＿＿＿＿＿＿＿＿＿＿＿＿＿＿＿＿＿＿＿＿＿＿＿＿＿

A：＿＿＿＿＿＿＿＿＿＿＿＿＿＿＿＿＿＿＿＿＿＿＿＿＿

B：＿＿＿＿＿＿＿＿＿＿＿＿＿＿＿＿＿＿＿＿＿＿＿＿＿

A：＿＿＿＿＿＿＿＿＿＿＿＿＿＿＿＿＿＿＿＿＿＿＿＿＿

B：＿＿＿＿＿＿＿＿＿＿＿＿＿＿＿＿＿＿＿＿＿＿＿＿＿

A：＿＿＿＿＿＿＿＿＿＿＿＿＿＿＿＿＿＿＿＿＿＿＿＿＿

B：＿＿＿＿＿＿＿＿＿＿＿＿＿＿＿＿＿＿＿＿＿＿＿＿＿

❷

A：＿＿＿＿＿＿＿＿＿＿＿＿＿＿＿＿＿＿＿＿＿＿＿＿＿

B：＿＿＿＿＿＿＿＿＿＿＿＿＿＿＿＿＿＿＿＿＿＿＿＿＿

A：＿＿＿＿＿＿＿＿＿＿＿＿＿＿＿＿＿＿＿＿＿＿＿＿＿

B：＿＿＿＿＿＿＿＿＿＿＿＿＿＿＿＿＿＿＿＿＿＿＿＿＿

A：＿＿＿＿＿＿＿＿＿＿＿＿＿＿＿＿＿＿＿＿＿＿＿＿＿

B：＿＿＿＿＿＿＿＿＿＿＿＿＿＿＿＿＿＿＿＿＿＿＿＿＿

A：＿＿＿＿＿＿＿＿＿＿＿＿＿＿＿＿＿＿＿＿＿＿＿＿＿

B：＿＿＿＿＿＿＿＿＿＿＿＿＿＿＿＿＿＿＿＿＿＿＿＿＿

Bài một 第一課
Bài hai 第二課
Bài ba 第三課
Bài bốn 第四課
Bài năm 第五課
Bài sáu 第六課
Bài bảy 第七課
Bài tám 第八課
Bài chín 第九課
Bài mười 第十課
Bài mười một 第十一課
Bài mười hai 第十二課
Phụ lục 附錄

❸

A：＿＿＿＿＿＿＿＿＿＿＿＿＿＿＿＿＿＿＿＿＿＿＿＿＿＿＿＿＿＿＿＿＿＿

B：＿＿＿＿＿＿＿＿＿＿＿＿＿＿＿＿＿＿＿＿＿＿＿＿＿＿＿＿＿＿＿＿＿＿

A：＿＿＿＿＿＿＿＿＿＿＿＿＿＿＿＿＿＿＿＿＿＿＿＿＿＿＿＿＿＿＿＿＿＿

B：＿＿＿＿＿＿＿＿＿＿＿＿＿＿＿＿＿＿＿＿＿＿＿＿＿＿＿＿＿＿＿＿＿＿

A：＿＿＿＿＿＿＿＿＿＿＿＿＿＿＿＿＿＿＿＿＿＿＿＿＿＿＿＿＿＿＿＿＿＿

B：＿＿＿＿＿＿＿＿＿＿＿＿＿＿＿＿＿＿＿＿＿＿＿＿＿＿＿＿＿＿＿＿＿＿

A：＿＿＿＿＿＿＿＿＿＿＿＿＿＿＿＿＿＿＿＿＿＿＿＿＿＿＿＿＿＿＿＿＿＿

B：＿＿＿＿＿＿＿＿＿＿＿＿＿＿＿＿＿＿＿＿＿＿＿＿＿＿＿＿＿＿＿＿＿＿

❹

A：＿＿＿＿＿＿＿＿＿＿＿＿＿＿＿＿＿＿＿＿＿＿＿＿＿＿＿＿＿＿＿＿＿＿

B：＿＿＿＿＿＿＿＿＿＿＿＿＿＿＿＿＿＿＿＿＿＿＿＿＿＿＿＿＿＿＿＿＿＿

A：＿＿＿＿＿＿＿＿＿＿＿＿＿＿＿＿＿＿＿＿＿＿＿＿＿＿＿＿＿＿＿＿＿＿

B：＿＿＿＿＿＿＿＿＿＿＿＿＿＿＿＿＿＿＿＿＿＿＿＿＿＿＿＿＿＿＿＿＿＿

A：＿＿＿＿＿＿＿＿＿＿＿＿＿＿＿＿＿＿＿＿＿＿＿＿＿＿＿＿＿＿＿＿＿＿

B：＿＿＿＿＿＿＿＿＿＿＿＿＿＿＿＿＿＿＿＿＿＿＿＿＿＿＿＿＿＿＿＿＿＿

A：＿＿＿＿＿＿＿＿＿＿＿＿＿＿＿＿＿＿＿＿＿＿＿＿＿＿＿＿＿＿＿＿＿＿

B：＿＿＿＿＿＿＿＿＿＿＿＿＿＿＿＿＿＿＿＿＿＿＿＿＿＿＿＿＿＿＿＿＿＿

❺

A：_____

B：_____

A：_____

B：_____

A：_____

B：_____

A：_____

B：_____

❻

A：_____

B：_____

A：_____

B：_____

A：_____

B：_____

A：_____

B：_____

Bài một 第一課
Bài hai 第二課
Bài ba 第三課
Bài bốn 第四課
Bài năm 第五課
Bài sáu 第六課
Bài bảy 第七課
Bài tám 第八課
Bài chín 第九課
Bài mười 第十課
Bài mười một 第十一課
Bài mười hai 第十二課
Phụ lục 附錄

❼

A：_____

B：_____

A：_____

B：_____

A：_____

B：_____

A：_____

B：_____

V THÀNH NGỮ, TỤC NGỮ, BÀI HÁT
成語、俗語、歌謠

MP3-29

Chiếu Nga Sơn, gạch Bát Tràng
峨山草蓆，鉢場磚

Vải tơ Nam Định, lụa hàng Hà Đông
絲南定，河東綢

　　這兩句是素友（Tố Hữu - 越南有名詩人、政治家）寫在「越北」詩（1954 年）的內容，但到今天被人們引用為俗語，來讚揚越南一些傳統的著名地方，如：峨山縣清化省編織的莎草蓆、鉢場（河內家林）做的陶瓷、做絲的南定省、河東河內的絲綢產品。

越文閱讀參考

　　Hai câu này trong bài thơ Việt Bắc của Tố Hữu (1954) nhưng được mọi người hiện nay trích dẫn như câu ca dao tục ngữ, ca ngợi những địa danh làm đồ truyền thống ở miền Bắc Việt Nam như Nga Sơn (Thanh Hóa) nổi tiếng với nghề dệt chiếu cói, Bát Tràng (Gia Lâm, Hà Nội) với nghề làm gốm sứ truyền thống, Nam Định với nghề dệt tơ và Hà Đông với các sản phẩm về lụa.

VI KHÁM PHÁ VĂN HÓA VIỆT NAM
認識越南文化

東湖畫

　　東湖畫是越南的民間繪畫，起源於北寧省的東湖村。過去，這種畫會在陰曆（農曆）新年正月初一時被販賣，農村的百姓買回家張貼在牆上迎接新年。

　　越南的東湖民間繪畫產業於 2012 年 12 月被列入越南國家非物質文化遺產名錄。

越文閱讀參考

Tranh Đông Hồ

　Tranh Đông Hồ là tranh dân gian Việt Nam, được sản xuất ở làng Đông Hồ (tỉnh Bắc Ninh). Trước kia tranh được bán vào dịp Tết Nguyên Đán, người dân nông thôn mua tranh về dán trên tường đón năm mới.

　Nghề làm tranh dân gian Đông Hồ của Việt Nam được đưa vào danh mục Di sản văn hóa phi vật thể quốc gia vào tháng 12 năm 2012.

Tranh "Mục đồng thổi sáo" cho thấy sự thanh bình an lạc trong cuộc sống.

畫作「牧童吹笛」：表達生活中的太平、安樂。

Tranh "Nghỉ ngơi" - miêu tả về người nông dân nghỉ ngơi sau khi làm đồng.

畫作「休憩」：描繪農人務農後的小憩時光。

Tranh "Múa rồng" với hình ảnh cho thấy quang cảnh một đám múa rồng trong ngày hội xuân.

畫作「舞龍」：描繪春節時舞龍團表演的景象。

Bài một 第一課
Bài hai 第二課
Bài ba 第三課
Bài bốn 第四課
Bài năm 第五課
Bài sáu 第六課
Bài bảy 第七課
Bài tám 第八課
Bài chín 第九課
Bài mười 第十課
Bài mười một 第十一課
Bài mười hai 第十二課
Phụ lục 附錄

Memo

Bị ốm:
Có lẽ tôi bị cảm rồi

生病：我好像感冒了

Cách hỏi và nói về các loại bệnh thông thường

各類常見疾病相關的提問與回答方式

Cách đi mua các loại thuốc thông thường ở Hiệu thuốc

在藥局詢問購買各種藥的相關問題

Cách nói: càng ngày càng + adj và cách dặn dò: Nhớ ... nhé!

越來越 ＋ 形容詞與叮嚀「記得……喔！」的用法

Cách dùng "bị" và "được" 「bị」與「được」的用法差別

Ⅰ HỘI THOẠI 會話

Bác sĩ:	Cháu bị làm sao?
Thừa Hạo:	Cháu thấy đau đầu, chân tay mỏi và người càng ngày càng mệt.
Bác sĩ:	Cháu có bị ho không?
Thừa Hạo:	Thinh thoảng ạ, nhưng luôn hắt hơi và sổ mũi.
Bác sĩ:	Để bác đo nhiệt độ cho cháu ... 38 độ C rồi, hơi sốt đấy. Cháu há miệng ra.
Thừa Hạo:	A aaaaaa.
Bác sĩ:	Họng rất đỏ. Có lẽ cháu bị cảm rồi ... Đây là đơn thuốc. Nhớ mỗi ngày uống 3 lần sau khi ăn.
Thừa Hạo:	Vâng.
Bác sĩ:	Nhớ uống nhiều nước, bổ sung vitamin C và nghỉ ngơi nhiều.
Thừa Hạo:	Cảm ơn bác sĩ.

中譯：

醫生：孩子你怎麼了？

承浩：我覺得頭痛、手腳痠痛，還有人越來越累。

醫生：你有咳嗽嗎？

承浩：偶爾，但常打噴嚏和流鼻涕。

醫生：讓我替你量溫度……攝氏三十八度了，有點發燒。請你張開嘴。

承浩：啊。

醫生：喉嚨很紅。你好像感冒了……這個是藥單。記得飯後吃藥，每天三次。

承浩：是。

醫生：記得多喝水、補充維他命 C 和多休息。

承浩：感謝醫生。

II TỪ VỰNG 詞彙

❶ hình như / có lẽ 好像

❷ bị làm sao 怎麼了

❸ thấy 覺得

❹ bị đau đầu 頭痛

❺ chân, tay 腳、手

❻ mỏi 痠痛

❼ càng ngày càng 越來越

❽ (bị) ho 咳嗽

❾ thỉnh thoảng 偶爾

❿ (bị) hắt hơi 打噴嚏

⓫ (bị) sổ mũi 流鼻涕

⓬ đo nhiệt độ 量溫度

⓭ độ C 攝氏⋯⋯度

⓮ (bị) sốt 發燒

⓯ há miệng ra 嘴巴張開

⓰ họng 喉嚨

⓱ (bị) cảm 感冒

⓲ nhớ 記得

⓳ mỗi ngày 每天

⓴ sau khi ăn 飯後

㉑ bổ sung 補充

㉒ nghỉ ngơi 休息

㉓ đơn thuốc 藥單

Ⅲ CHÚ THÍCH NGỮ PHÁP 文法解釋

（一）càng ngày càng ＋ adj. 越來越 ＋ 形容詞

- càng ngày càng mệt 越來越累
- càng ngày càng đau 越來越疼痛
- càng ngày càng ho 越來越咳嗽

（二）bị làm sao? 怎麼了？

- Bạn bị làm sao? 你／妳怎麼了？

（三）「bị」（被、遭到）與「được」（被、得到）的用法

1. 「được」：放在動詞前面，當主詞覺得此動詞對主詞來說會帶來好的結果或遇到好事時：

- được tặng quà 被贈送禮物
- được khen thưởng 被誇獎
- được đi nước ngoài du lịch 可以出國旅遊

2. 「bị」：當主詞覺得此動詞對於主詞而言，會帶來壞的結果或遇到壞事亦或是用在負面的狀況時（如生病相關詞彙）：

- bị ốm 生病
- bị cảm 感冒
- bị mắng 被罵
- bị mất tiền 錢被弄丟了

（四）Nhớ ... nhé! 記得……喔！

- Nhớ uống nước nhiều nhé! 記得要喝很多水喔！
- Nhớ nghỉ ngơi nhé! 記得要休息喔！
- Nhớ bổ sung vitamin C nhé! 記得要補充維他命 C 喔！
- Nhớ đi khám (bác sĩ) nhé! 記得要去看醫生喔！

（五）đau（疼痛）＋名詞

- đau đầu 頭痛
- đau chân 腳痛
- đau tay 手痛

（六）mỗi 每一……

- mỗi giờ 每個小時
- mỗi ngày 每天
- mỗi tuần 每個星期
- mỗi tháng 每月
- mỗi năm 每年

Bài một 第一課
Bài hai 第二課
Bài ba 第三課
Bài bốn 第四課
Bài năm 第五課
Bài sáu 第六課
Bài bảy 第七課
Bài tám 第八課
Bài chín 第九課
Bài mười 第十課
Bài mười một 第十一課
Bài mười hai 第十二課
Phụ lục 附錄

Ⅳ LUYỆN TẬP 練習

（一）用以下的詞彙來練習提問與回答。

- A：Bạn bị làm sao?

  B：Tôi _____

  A：Nhớ _____ nhé!

  B：Cảm ơn bạn.

bị đau đầu	頭痛
bị đau bụng	肚子痛
bị đau răng	牙齒痛
bị đau họng	喉嚨痛
bị đau mắt	眼睛痛
bị đau lưng	背痛
bị nôn bị ói	（北越用語） （南越用語） 嘔吐
bị ho	咳嗽
bị chóng mặt	頭暈目眩
bị sốt	發燒
bị sổ mũi	流鼻涕
bị đi ngoài bị tiêu chảy	拉肚子
bị táo bón	便祕

bị khó ngủ	難入眠
bị mất ngủ	失眠
bị đau dạ dày	胃痛
bị ngộ độc	中毒
bị đau tim	心臟病

❶

A：_____

B：_____

A：_____

B：_____

❷

A：_____

B：_____

A：_____

B：_____

Bài một 第一課
Bài hai 第二課
Bài ba 第三課
Bài bốn 第四課
Bài năm 第五課
Bài sáu 第六課
Bài bảy 第七課
Bài tám 第八課
Bài chín 第九課
Bài mười 第十課
Bài mười một 第十一課
Bài mười hai 第十二課
Phụ lục 附錄

❸

A：_____

B：_____

A：_____

B：_____

❹

A：_____

B：_____

A：_____

B：_____

❺

A：_____

B：_____

A：_____

B：_____

❻

A：_____

B：_____

A：_____

B：_____

❼

A：_____

B：_____

A：_____

B：_____

⑧

A：_____

B：_____

A：_____

B：_____

Bài một 第一課
Bài hai 第二課
Bài ba 第三課
Bài bốn 第四課
Bài năm 第五課
Bài sáu 第六課
Bài bảy 第七課
Bài tám 第八課
Bài chín 第九課
Bài mười 第十課
Bài mười một 第十一課
Bài mười hai 第十二課
Phụ lục 附錄

❾

A： _____

B： _____

A： _____

B： _____

❿

A： _____

B： _____

A： _____

B： _____

（二）用以下的詞彙來練習提問與回答。

Tại nhà thuốc 在藥局

❶ thuốc cảm 感冒藥

Chào anh / chị, tôi bị _____

Tôi muốn mua _____

❷ thuốc ho 咳嗽藥

Chào anh / chị, tôi bị _____

Tôi muốn mua _____

❸ thuốc đi ngoài / thuốc chống tiêu chảy 止瀉藥

Chào anh / chị, tôi bị _____

Tôi muốn mua _____

❹ thuốc giảm đau 止痛藥

Chào anh / chị, tôi bị _____

Tôi muốn mua _____

❺ thuốc giảm sốt 退燒藥

Chào anh / chị, tôi bị _____

Tôi muốn mua _____

❻ thuốc đau mắt 眼藥水

Chào anh / chị, tôi bị _____

Tôi muốn mua _____

❼ băng vệ sinh 衛生棉

Chào anh / chị, tôi muốn mua _____

❽ bao cao su 保險套

Chào anh / chị, tôi muốn mua _____

第一課 Bài một
第二課 Bài hai
第三課 Bài ba
第四課 Bài bốn
第五課 Bài năm
第六課 Bài sáu
第七課 Bài bảy
第八課 Bài tám
第九課 Bài chín
第十課 Bài mười
第十一課 Bài mười một
第十二課 Bài mười hai
附錄 Phụ lục

Ⅴ THÀNH NGỮ, TỤC NGỮ, BÀI HÁT
成語、俗語、歌謠

Lấy độc trị độc
以毒攻毒（以毒治毒）

這是來自漢語的越南成語，也被稱作漢越成語。原句起先為「以毒攻毒」，之後已越化成「取毒治毒」，但仍保有原意，也就是有時一些藥品中有毒的成分可以發揮治病的作用。此外，這個成語也暗喻有時日常生活中的某些事物、事情或行為看似不佳，卻帶來意想不到的效果。

Bùi Huy Quang　畫家的作品

越文閱讀參考

Đây là thành ngữ gốc Hán trong tiếng Việt, hay còn gọi là thành ngữ Hán Việt. Câu gốc ban đầu là "dĩ độc công độc" nhưng về sau đã được Việt hóa cách đọc thành "lấy độc trị độc" nhưng vẫn giữ nguyên ý nghĩa, tức là đôi khi những yếu tố độc trong thuốc lại có thể phát huy tác dụng chữa bệnh. Bên cạnh đó, câu thành ngữ này còn có ý nghĩa ẩn dụ về sự vật, sự việc, hành động trong cuộc sống hằng ngày, đôi khi tưởng là không tốt nhưng lại đem lại hiệu quả bất ngờ.

Ⅵ KHÁM PHÁ VĂN HÓA VIỆT NAM
認識越南文化

「頭胎回娘家，次胎回夫家」

　　越南俗語説「頭胎回娘家，次胎回夫家」（Con so về nhà mạ, con rạ về nhà chồng）。為了使初為人母者能較好地照顧嬰兒，越南人有習俗讓母親帶新生兒回娘家坐月子。次胎以後，因自己對生育後的事已有經驗，就不一定回娘家坐月子。

越文閱讀參考

"Con so về nhà mạ, con rạ về nhà chồng"

Tục ngữ Việt Nam có câu "Con so về nhà mạ, con rạ về nhà chồng". Câu thành ngữ này muốn nói rằng khi lần đầu tiên sinh con, phụ nữ có thể đưa con về nhà mẹ đẻ để ở cữ. Như vậy giúp họ biết cách chăm sóc em bé, do họ chưa có kinh nghiệm. Các lần sinh sau, khi đã có kinh nghiệm hơn thì có thể không cần phải về nhà mẹ đẻ nữa.

Memo

Thời tiết:
Hôm nay trời đẹp quá

天氣：今天天氣很好

Cách nói về thời tiết 談論天氣的方法

thì sao? thế nào? thì thế nào? 就（則）怎麼樣的用法

Cách dùng trạng từ chỉ tần suất 頻率副詞的用法

Đình Nghi:　Anh Thừa Hạo ơi, hôm nay trời đẹp quá.

Thừa Hạo:　Sắp hết mùa xuân chuyển sang mùa hè rồi.

Đình Nghi:　Vậy, ở Đài Loan, mùa nào là đẹp nhất ạ?

Thừa Hạo:　Anh thích mùa thu nhất, vì mùa thu không nóng như mùa hè và cũng không lạnh như mùa đông.

Đình Nghi:　Anh có nghĩ mùa xuân thời tiết cũng rất đẹp không?

Thừa Hạo:　Mùa xuân ít có ngày nắng như hôm nay. Thường có mưa phùn và ẩm ướt.

Đình Nghi:　Thế thì thời tiết ở Đài Loan cũng có 4 mùa giống miền Bắc Việt Nam anh ạ.

Thừa Hạo:　Vậy khí hậu miền Nam Việt Nam thì sao?

Đình Nghi:　Miền Nam chỉ có 2 mùa: mùa khô và mùa mưa, trời nóng quanh năm anh ạ.

中譯：

亭宜：承浩哥，今天天氣很好。

承浩：春天即將結束，要轉為夏天了。

亭宜：所以在臺灣，哪一個季節最美？

承浩：我最喜歡秋天，因為秋天不像夏天那麼熱，也不像冬天那麼冷。

亭宜：你覺得春天的天氣同樣也很美嗎？

承浩：春天很少像今天一樣天晴。常下毛毛雨且潮濕。

亭宜：那麼臺灣的天氣同樣也有四季，就像越南北部一樣。

承浩：那越南南部的氣候如何？

亭宜：越南南部只有兩季：乾季和雨季，天氣終年炎熱。

II TỪ VỰNG 詞彙

❶ trời đẹp 天氣好

❷ sắp 即將、快

❸ hết 結束

❹ mùa xuân 春天

❺ chuyển sang 轉換到

❻ mùa hè 夏天

❼ đẹp nhất 最美

❽ mùa thu 秋天

❾ nóng - lạnh / rét 熱 - 冷

❿ mùa đông 冬天

⓫ nghĩ 想、認為

⓬ ngày nắng 晴朗、晴天

⓭ mưa phùn - mưa rào
   細雨、毛毛雨 - 雷陣雨

⓮ ẩm ướt - khô ráo 潮濕 - 乾燥

⓯ thời tiết 天氣

⓰ mùa 季節

⓱ miền Bắc - miền Nam 北部 - 南部

⓲ khí hậu 氣候

⓳ mùa khô 乾季

⓴ mùa mưa 雨季

㉑ quanh năm 整年、終年

㉒ vậy / vậy thì / thế / thế thì
   那麼（放在句首）

㉓ trời 天、天氣

Ⅲ CHÚ THÍCH NGỮ PHÁP 文法解釋

（一）Nói về thời tiết 有關天氣的說法

- Hôm nay trời nắng. 今天天氣晴朗。
- Hôm nay trời nóng. 今天天氣炎熱。
- Mùa đông trời lạnh / rét. 冬天天氣冷。
- Mùa hè trời nóng. 夏天天氣炎熱。
- Mùa thu trời mát mẻ. 秋天天氣涼快。

（二）thì sao? thế nào? thì thế nào? 就（則）怎麼樣？

- Thời tiết Việt Nam thì sao? 越南天氣就（則）怎麼樣？
- Thời tiết Đài Loan thế nào? 臺灣天氣就（則）怎麼樣？
- Thời tiết Cao Hùng thì thế nào? 高雄天氣就（則）怎麼樣？
- Thời tiết Hà Nội thế nào? 河內天氣就（則）怎麼樣？

（三）thích ... nhất 最喜歡……

- Tôi thích mùa xuân nhất. 我最喜歡春天。
- Tôi thích mùa thu nhất. 我最喜歡秋天。

（四）Trạng từ chỉ tần suất 頻率副詞

luôn luôn / luôn / lúc nào cũng	總是
thường thường / thường xuyên / thường	經常
hay	時常
thỉnh thoảng / đôi khi / có khi / có lúc	偶爾、有時候

ít khi	少見
hiếm khi	罕見
chưa bao giờ	從來沒有、不曾
không bao giờ	永遠不、絕不會

＊頻率副詞通常置於動詞前方。

（五）Bổ sung từ vựng 補充詞彙表

sấm sét	迅雷
lốc xoáy	龍捲風
cầu vồng	彩虹
nóng như thiêu	地獄般熱
lạnh thấu xương	寒風刺骨
bão	颱風
siêu bão	超級風暴
lụt lội	淹水
động đất	地震
thiên tai	災難、天災
sóng thần	海嘯
tuyết rơi	下雪
bão tuyết	暴風雪
mưa rào	雷陣雨
mưa phùn	細雨
trời nắng	晴朗

Bài một 第一課
Bài hai 第二課
Bài ba 第三課
Bài bốn 第四課
Bài năm 第五課
Bài sáu 第六課
Bài bảy 第七課
Bài tám 第八課
Bài chín 第九課
Bài mười 第十課
Bài mười một 第十一課
Bài mười hai 第十二課
Phụ lục 附錄

trời mát	涼快
trời lạnh / trời rét	冷
gió mùa đông bắc	東北風
gió nhẹ	微風

Ⅳ LUYỆN TẬP 練習

（一）請輪流提問與回答：描述今天天氣如何？

- Hôm nay thời tiết thế nào?

  Hôm nay trời _____

  Nhiệt độ từ _____ đến _____ độ C.

❶

_____

_____

_____

❷

_____

_____

_____

❸

_____

_____

_____

Bài một 第一課
Bài hai 第二課
Bài ba 第三課
Bài bốn 第四課
Bài năm 第五課
Bài sáu 第六課
Bài bảy 第七課
Bài tám 第八課
Bài chín 第九課
Bài mười 第十課
Bài mười một 第十一課
Bài mười hai 第十二課
Phụ lục 附錄

4

_____

_____

_____

5

_____

_____

_____

6

_____

_____

_____

7

_____

_____

_____

8

_____

_____

_____

（二）用以下的詞彙來描述在越南哪一季節是最……？

❶ nóng nhất / mùa hè 最熱 / 夏天

    _____

❷ mưa rào nhiều nhất / mùa hè 雷陣雨最多 / 夏天

    _____

❸ mát nhất / mùa thu 最涼 / 秋天

    _____

❹ lạnh nhất / mùa đông 最冷 / 冬天

    _____

（三）用以下的頻率副詞描述自己國家的天氣。

❶ luôn luôn

    _____

❷ thường thường

    _____

❸ hay

    _____

❹ thỉnh thoảng

    _____

❺ ít khi

    _____

❻ hiếm khi

    _____

❼ chưa bao giờ

    _____

❽ không bao giờ

    _____

Bài một 第一課
Bài hai 第二課
Bài ba 第三課
Bài bốn 第四課
Bài năm 第五課
Bài sáu 第六課
Bài bảy 第七課
Bài tám 第八課
Bài chín 第九課
Bài mười 第十課
Bài mười một 第十一課
Bài mười hai 第十二課
Phụ lục 附錄

V THÀNH NGỮ, TỤC NGỮ, BÀI HÁT
成語、俗語、歌謠

Đêm tháng 5 chưa nằm đã sáng.
五月的夜裡，還沒躺下，天已經亮了。

Ngày tháng 10 chưa cười đã tối.
十月的白天，還沒笑，天已經黑了。

＊描述不同的月份，隨著季節變化，會帶來晝夜長短的影響。

　　「五月的夜裡，還沒躺下，天已經亮了。」、「十月的白天，還沒笑，天已經黑了。」這兩句解釋越南農曆五月日長夜短及農曆十月日短夜長的現象。因為地球繞太陽運行的影響，因而產生兩半球和季節間日夜長短的落差。

Bùi Huy Quang 畫家的作品

越文閱讀參考

　Hai câu ***Đêm tháng năm chưa nằm đã sáng*** và ***Ngày tháng mười chưa cười đã tối*** giải thích hiện tượng ngày dài đêm ngắn (vào tháng 5 âm lịch) và ngày ngắn đêm dài (vào tháng 10 âm lịch) ở Việt Nam. Do ảnh hưởng của sự chuyển động của trái đất quanh mặt trời nên sinh ra hiện tượng ngày đêm chênh lệch giữa hai nửa địa cầu và giữa các mùa.

＊「5（năm）」和「躺（nằm）」押韻，「10（mười）」和「笑（cười）」押韻，單看字面或許會不解其關連性，但一旦唸出口，即可感覺到韻律優美，且富趣味性。

第一課 Bài một
第二課 Bài hai
第三課 Bài ba
第四課 Bài bốn
第五課 Bài năm
第六課 Bài sáu
第七課 Bài bảy
第八課 Bài tám
第九課 Bài chín
第十課 Bài mười
第十一課 Bài mười một
第十二課 Bài mười hai
附錄 Phụ lục

VI KHÁM PHÁ VĂN HÓA VIỆT NAM
認識越南文化

越南的氣候

　　越南全國位於熱帶氣候區，但北部、中部和南部有不同的氣候特點。北部屬於潮濕的熱帶氣候，有相對明顯的四季，即春天、夏天、秋天和冬天。西北高地常有霜，有時降雪。中部地區常被熱氣流影響，又稱作焚風，引發乾燥且炎熱的天氣，溫度可達攝氏 40 度。南部有著熱帶莽原氣候，只有兩季，即乾季（從 12 月到隔年 4 月）和雨季（從 5 月到 11 月）。因為就在東海旁（即臺灣所稱的南海），越南也深受海洋影響，又由於位於北半球，所以常有颱風或熱帶低氣壓，皆為逆時針旋轉而侵襲越南。

越文閱讀參考

Khí hậu Việt Nam

　Việt Nam nằm trọn trong vùng khí hậu nhiệt đới, tuy nhiên Bắc Bộ, Trung Bộ và Nam Bộ có đặc điểm khí hậu khác nhau. Miền Bắc có khí hậu nhiệt đới ẩm, bốn mùa tương đối rõ rệt : mùa xuân, mùa hạ, mùa thu và mùa đông. Vùng cao Tây Bắc thường có sương muối và đôi khi có tuyết rơi. Miền Trung ảnh hưởng bởi các luồng khí nóng, còn được gọi là gió Lào, gây ra thời tiết khô có khi lên tới 40 độ C. Miền Nam có khí hậu nhiệt đới Xavan, chỉ có hai mùa chính là mùa khô (từ tháng 12 đến tháng 4 năm sau) và mùa mưa (từ tháng 5 đến tháng 11). Miền khí hậu biển Đông mang đặc tính hải dương, do nằm ở trong vùng Bắc bán cầu nên hay chịu bão và áp thấp nhiệt đới, khi đổ bộ vào Việt Nam thường xoáy lốc theo chiều ngược kim đồng hồ.

Memo

Thể thao:
Người Việt Nam rất thích bóng đá

體育：越南人很喜歡足球

Nói về các môn thể thao 關於各體育項目

Đối với ... mà nói 對於……來說

Thích ... nhất, rồi đến ... 最喜歡……，再來……

I HỘI THOẠI 會話

Đình Nghi: Anh Thừa Hạo ơi, người Việt Nam thích môn thể thao nào nhất?

Thừa Hạo: Có lẽ là bóng đá.

Trinh Nghi: Vậy bóng đá Việt Nam đã từng đạt thành tích cao nhất là gì hả anh?

Thừa Hạo: Đội tuyển U-23 Việt Nam đã từng giành ngôi á quân Giải bóng đá U-23 châu Á năm 2018.

Đình Nghi: Còn đối với người Đài Loan mà nói, có lẽ bóng chày và bóng rổ là hai môn thể thao được ưa thích nhất anh nhỉ.

Thừa Hạo: Ừ, đúng thế. Thế em thích chơi gì nhất?

Đình Nghi: Em thì chỉ thích bóng bàn và chạy bộ thôi. Còn anh?

Thừa Hạo: Anh thích bóng rổ nhất, rồi đến bơi lội và quần vợt. Còn em, Trinh Nghi, em thích môn thể thao nào?

Trinh Nghi: Em thích học múa ba lê và tập yoga.

中譯：

亭宜：承浩哥，越南人最喜歡什麼運動？

承浩：應該是足球吧。

貞宜：越南足球曾奪得最好的成績是什麼？

承浩：二十三歲以下的越南代表隊曾在二〇一八年獲得亞足聯 U-23 錦標賽的亞軍。

亭宜：而對於臺灣人來說，棒球和籃球是最受歡迎的兩種運動。

承浩：是這樣沒錯。那妳最喜歡玩什麼？

亭宜：我就只喜歡桌球和跑步，你呢？

承浩：我最喜歡籃球，再來是游泳和網球。那妳呢？貞宜，妳喜歡什麼運動？

貞宜：我喜歡學跳芭蕾舞和做瑜珈。

II TỪ VỰNG 詞彙

❶ môn thể thao 體育項目

❷ bóng đá 足球

❸ đã từng 曾經

❹ đạt thành tích 獲得成績

❺ đội tuyển 代表隊

❻ U-23 二十三歲以下

❼ giành giải nhì / á quân 奪得第二名 / 亞軍
　giải nhất / quán quân 第一名 / 冠軍

❽ Giải bóng đá U-23 châu Á 亞足聯 U-23 錦標賽

❾ bóng chày 棒球

❿ bóng rổ 籃球

⓫ ưa thích 喜愛

⓬ bóng bàn 桌球

⓭ bơi / bơi lội 游泳

⓮ quần vợt 網球

⓯ múa ba lê 芭蕾舞

⓰ tập yoga 練瑜珈、做瑜珈

⓱ chạy bộ 跑步

Bài một 第一課
Bài hai 第二課
Bài ba 第三課
Bài bốn 第四課
Bài năm 第五課
Bài sáu 第六課
Bài bảy 第七課
Bài tám 第八課
Bài chín 第九課
Bài mười 第十課
Bài mười một 第十一課
Bài mười hai 第十二課
Phụ lục 附錄

Ⅲ CHÚ THÍCH NGỮ PHÁP 文法解釋

（一）Đối với ... mà nói 對於……來説

- <u>Đối với</u> tôi <u>mà nói</u>, tôi thích chạy bộ nhất.
  對我來説，我最喜歡跑步。

- <u>Đối với</u> người Việt Nam <u>mà nói</u>, bóng đá là môn thể thao được ưa thích nhất.
  對越南人來説，足球是最受大家喜愛的體育項目。

（二）Thích ... nhất, rồi đến ... 最喜歡……，再來……

- Tôi <u>thích</u> múa ba lê <u>nhất</u>, <u>rồi đến</u> tập yoga.
  我最喜歡跳芭蕾舞，再來是做瑜珈。

- Tôi <u>thích</u> bóng đá <u>nhất</u>, <u>rồi đến</u> bóng rổ.
  我最喜歡足球，再來是籃球。

補充詞彙：

bóng chuyền	排球
leo núi nhân tạo	攀岩
Golf	高爾夫球
tập gym	上健身房
bóng bầu dục	橄欖球
chạy maraton	跑馬拉松
đua thuyền	划船比賽
bóng ném	手球

cầu lông	羽毛球
nhảy dù	跳傘
bóng nước	水球
lướt ván	衝浪
khúc côn cầu	曲棍球
trượt tuyết	滑雪
quyền anh	拳擊
cầu mây	藤球
đẩy tạ	鉛球
cưỡi ngựa	騎馬
võ Việt Nam (Vovina)	越南武術
Taekwondo	跆拳道
thái cực quyền	太極拳
trượt pa tanh	溜直排輪
leo núi	爬山
lặn biển	潛水
bowling	保齡球
bida	撞球
đá cầu	毽子
bóng né	躲避球

Bài một 第一課
Bài hai 第二課
Bài ba 第三課
Bài bốn 第四課
Bài năm 第五課
Bài sáu 第六課
Bài bảy 第七課
Bài tám 第八課
Bài chín 第九課
Bài mười 第十課
Bài mười một 第十一課
Bài mười hai 第十二課
Phụ lục 附錄

Ⅳ LUYỆN TẬP 練習

（一）兩人練習：提問與回答。

A：Bạn thích môn thể thao nào nhất?

B：Tôi thích _____ nhất, rồi đến _____

Còn bạn?

A：Tôi thích _____ nhất, nhưng không thích _____

❶

A：_____

B：_____

A：_____

❷

A：_____

B：_____

A：_____

❸

A：_____

B：_____

A：_____

❹

A： _____

B： _____

A： _____

❺

A： _____

B： _____

A： _____

❻

A： _____

B： _____

A： _____

❼

A： _____

B： _____

A： _____

Bài một 第一課
Bài hai 第二課
Bài ba 第三課
Bài bốn 第四課
Bài năm 第五課
Bài sáu 第六課
Bài bảy 第七課
Bài tám 第八課
Bài chín 第九課
Bài mười 第十課
Bài mười một 第十一課
Bài mười hai 第十二課
Phụ lục 附錄

8

A： _____

B： _____

A： _____

9

A： _____

B： _____

A： _____

（二）請回答以下的問題。

❶ Môn thể thao nào phổ biến nhất ở Việt Nam?（普遍）

_____

❷ Môn thể thao nào phổ biến nhất ở nước bạn?

_____

❸ Môn thể thao nào được ưa thích nhất ở nước bạn?（最受到喜愛）

_____

❹ Môn thể thao nào được ưa thích nhất ở Việt Nam?

_____

❺ Bạn thích môn thể thao nào?

_____

❻ Môn thể thao nào bạn giỏi nhất?（厲害 / 熟練）

_____

（三）問三位同學有關以下運動項目的訊息。

Số thứ tự 順序號碼	Môn thể thao 運動 / 體育項目	Thời gian thi đấu 比賽時間	Số người tham gia 參與人數
1			
2			
3			

V THÀNH NGỮ, TỤC NGỮ, BÀI HÁT
成語、俗語、歌謠

Ăn bóng đá, ngủ bóng đá.
吃足球，睡足球。

這種說法想要描述越南人對於足球的熱愛，即使在吃飯與睡覺的時間，還是要看足球賽、討論有關足球賽的事，滿腦子只想到足球。

越文閱讀參考

Cách nói này miêu tả sự say mê của người Việt Nam đối với bóng đá, ngay cả khi ăn và ngủ, họ vẫn phải xem các trận bóng đá, thảo luận những việc liên quan đến bóng đá, đầu óc chỉ nghĩ đến bóng đá.

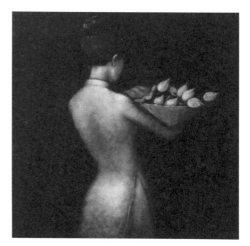

Bùi Huy Quang 畫家的作品

越南人對足球的熱愛

　　在越南，被人們熱愛的體育項目也相當豐富多樣，從足球、游泳、排球，到網球等都是。然而，對於越南人來說，足球特別與眾不同，可以說是體育的代名詞。越南人對足球的熱愛已達到狂熱的程度。根據統計，有 80% 的越南人熱愛足球，其中有 3 分之 1 是狂熱的球迷。足球的確是越南的王牌運動。

越文閱讀參考

Tình yêu bóng đá của người Việt

　　Ở Việt Nam, các môn thể thao được người dân yêu thích cũng tương đối đa dạng: từ bóng đá, bơi lội, bóng chuyền... cho đến quần vợt. Nhưng có thể nói thể thao đối với người Việt chính là bóng đá. Tình yêu bóng đá của người Việt đã đạt đến ngưỡng cuồng nhiệt tương đối cao. Theo thống kê có đến 80% người Việt Nam rất mê bóng đá và trong đó có đến 1/3 là fan cuồng. Bóng đá chính là môn thể thao vua ở Việt Nam.

Memo

Điểm du lịch chính ở Việt Nam:
Bạn đã đi Việt Nam bao giờ chưa?

越南旅遊景點：
你曾經去過越南嗎？

Những địa điểm du lịch chính ở Việt Nam　一些越南旅遊景點

Không những … mà còn …　不但……而且……

đã tạo ra cơn sốt …　已創造了熱潮

một trong những　……之一

muốn đi du lịch ở … , vì được …　想去……旅遊，因為能夠……

Thừa Hạo: Hè này chúng mình cùng đi Việt Nam du lịch đi.

Hải Anh: Mình chưa đi Việt Nam bao giờ. Còn cậu?

Thừa Hạo: Mình mới chỉ đi Hà Nội, mình muốn lần này đi từ Bắc đến Nam.

Hải Anh: Thế thì lên kế hoạch đi nhé!

Thừa Hạo: Ừ. Chúng mình sẽ đến Hà nội, rồi đi Sa Pa, vịnh Hạ Long, Huế, Đà Nẵng, Nha Trang và thành phố Hồ Chí Minh.

Hải Anh: Đà Nẵng có gì đặc biệt không?

Thừa Hạo: Có Bà Nà, cầu Vàng và Hội An. Cầu Vàng không những đã tạo ra cơn sốt check-in trong giới trẻ, mà còn là một trong những địa điểm được nhắc đến nhiều nhất trên Instagram đấy.

Hải Anh: Tuyệt quá, mình sẽ lên mạng tìm vé máy bay rẻ ngay. Chúng ta sẽ bay thẳng từ Đài Bắc đến Hà Nội, rồi bay từ thành phố Hồ Chí Minh quay lại Đài Bắc nhé!

中譯：

承浩：這個夏天我們一起去越南旅遊吧。

海英：我還沒有去過越南。你呢？

承浩：我剛去過河內而已，我希望這次能從北遊到南。

海英：那來訂計畫吧！

承浩：是。我們將（先）到河內，接著去沙壩、下龍灣、順化、峴港、芽莊和胡志明市。

海英：峴港有什麼特別的（地方）嗎？

承浩：有巴拿、黃金橋和會安。黃金橋不只已在年輕世代間創造出打卡風潮，也是在 Instagram 上最常被提到的地點之一。

海英：太棒了，我會馬上上網找便宜的機票。我們會從臺北直飛到河內，接下來從胡志明市回臺北。

❶ du lịch　旅遊

❷ mới　新、才、剛

❸ chuyến này　這趟

❹ thế thì / vậy thì　那麼

❺ lên kế hoạch　訂計畫

❻ Hà Nội　河內

❼ Sa Pa　沙壩

❽ vịnh Hạ Long　下龍灣

❾ Huế　順化

❿ Đà Nẵng　峴港

⓫ thành phố Hồ Chí Minh / Sài Gòn
　胡志明市 / 西貢

⓬ Bà Nà　巴拿

⓭ cầu Vàng　黃金橋

⓮ Hội An　會安

⓯ tạo ra　創造

⓰ cơn sốt　熱潮

⓱ giới trẻ　年輕世代

⓲ một trong những　……之一

⓳ địa điểm　地點

⓴ được nhắc đến　被提起

㉑ Instagram
　免費提供線上圖片及視訊分享的社交應
　用軟體

㉒ tuyệt quá　太棒了

㉓ bay thẳng　直飛

Ⅲ CHÚ THÍCH NGỮ PHÁP 文法解釋

（一）không những ... mà còn … 不但……而且……

- Món ăn vỉa hè ở Việt Nam <u>không những</u> ngon <u>mà còn</u> rất rẻ.
  越南路邊小吃不但美味而且還很便宜。

- Trà sữa trân châu <u>không những</u> nổi tiếng ở Đài Loan <u>mà còn</u> nổi tiếng trên thế giới.
  珍珠奶茶不但在臺灣而且還在世界上有名。

（二）đã tạo ra cơn sốt … 已創造了熱潮

- Cầu Vàng <u>đã tạo ra cơn sốt</u> check-in trong giới trẻ.
  黃金橋已在年輕人間創造出打卡熱潮。

- Trận bóng đá của đội tuyển U-23 Việt Nam và Nhật Bản <u>đã tạo ra cơn sốt</u> vé.
  U-23 越南代表隊和日本隊的足球比賽已創造了搶票熱潮。

（三）một trong những ……之一、其中之一

- Cầu Vàng (Đà Nẵng) là <u>một trong những</u> địa điểm được nhắc đến nhiều nhất trên Instagram vào năm nay (2018).
  黃金橋（峴港）是今年在 Instagram 上最常被提到的地點之一（2018）。

- Việt Nam là <u>một trong những</u> quốc gia có phong cảnh đẹp trên thế giới.
  越南是世界上擁有美麗風景的國家之一。

（四）muốn đi du lịch ở ... vì được ... 想去……旅遊，因為能夠……

- Tôi <u>muốn đi du lịch ở</u> Hà nội <u>vì được</u> đi dạo phố cổ và ăn bún chả.
  我想去河內旅遊，因為可以去古街散步和吃烤肉米線。

- Tôi <u>muốn đi du lịch ở</u> Mũi Né <u>vì được</u> ngắm các triền cát.
  我想去美奈旅遊，因為可以欣賞沙丘。

Bài một 第一課
Bài hai 第二課
Bài ba 第三課
Bài bốn 第四課
Bài năm 第五課
Bài sáu 第六課
Bài bảy 第七課
Bài tám 第八課
Bài chín 第九課
Bài mười 第十課
Bài mười một 第十一課
Bài mười hai 第十二課
Phụ lục 附錄

（一）請按照下面對話的內容，將以下 A 和 B 訊息連結起來。

例：

Q：Bạn muốn đi du lịch ở đâu?

A：Mình muốn đi du lịch ở <u>A</u> vì được <u>B</u>.

❶ _____

_____

❷ _____

_____

❸ _____

_____

❹ _____

_____

❺ _____

_____

6 _____

_____

7 _____

_____

8 _____

_____

9 _____

_____

10 _____

_____

11 _____

_____

12 _____

_____

Bài một 第一課
Bài hai 第二課
Bài ba 第三課
Bài bốn 第四課
Bài năm 第五課
Bài sáu 第六課
Bài bảy 第七課
Bài tám 第八課
Bài chín 第九課
Bài mười 第十課
Bài mười một 第十一課
Bài mười hai 第十二課
Phụ lục 附錄

A	B
Hà Nội 河內	đi dạo phố cổ và ăn bún chả 去古街散步和吃烤肉米線
Sài Gòn 西貢	thăm địa đạo Củ Chi và thăm dinh Thống Nhất 參觀古芝地道和統一宮
Sapa 沙壩	thăm nhà thờ đá và ruộng bậc thang 參觀石頭教堂和梯田
Nha Trang 芽莊	tắm biển và ra đảo chơi 去海邊玩水和到島上玩
Đà Nẵng 峴港	đi thăm Cầu Vàng và Hội An 參觀黃金橋和會安古鎮
Quảng Bình 廣平	thăm động Phong Nha và động Thiên Đường 參觀峰牙洞和天堂洞
vịnh Hạ Long 下龍灣	thăm động Thiên Cung và bãi Titop 參觀天宮洞和英雄島
Huế 順化	thăm lăng tẩm và ăn món cơm hến 參觀陵寢和吃蜆飯料理
đảo Phú Quốc 富國島	tắm biển và ngắm mặt trời mọc 去海邊玩和看日出
Mũi Né 美奈	ngắm các triền cát 欣賞沙丘
Cần Thơ 芹苴	thăm chợ nổi 參觀水上市集
Bắc Ninh 北寧	xem hát quan họ 欣賞官賀民歌 *

＊官賀（Quan họ）是越南北部平原上具有獨特特色的民歌曲調，總共多達 219 種調子，歌唱時一般身穿著四身衣站在龍舟上。2009 年，以北寧官賀民歌之名，正式登錄聯合國教科文組織的人類非物質文化遺產代表作名錄。

V THÀNH NGỮ, TỤC NGỮ, BÀI HÁT
成語、俗語、歌謠

Thăng Long * Hà Nội đô thành
Nước non ai vẽ nên tranh họa đồ
Cố đô rồi lại tân đô
Ngàn năm văn vật bây giờ là đây.

昇龍河內都城
誰畫出如詩如畫的山水
古都變成了新都
千年文物今日更美

*昇龍（Thăng Long）是河內（Hà Nội，越南
首都）的舊名，公元 1010 年至 1397 年間成
為國都。遷都改名後，阮朝初期 1802 年又復
用舊名，直至 1831 年改名河內為止。

Xích lô và Nhà thờ lớn ở Hà Nội
三輪車在河內大教堂
（照片提供：阮氏金鍾）

VI KHÁM PHÁ VĂN HÓA VIỆT NAM
認識越南文化

越南旅遊：沙壩和下龍灣

　　越南俗諺有云：「百聞不如一見」。請你一定要到越南東海岸的S型灣區造訪一次。在西北部有沙壩市。你可知道法國人是怎麼形容這個地方的嗎？沙壩像是一座位於亞洲的綠洲，瀰漫著巴黎的香氣，減輕了他們對於歐洲的思念之情。在這裡，下午你會聽到來自教堂的鐘聲，從19世紀開始延續至今。繞沙壩市場一圈，你會看到一些孩童脖子上戴著金飾和銀飾，女子們穿著有華麗刺繡的裙子和織錦，你將醉心於眼前的景象而忘了買小紀念品。幸運的話，你將瞧見女子牽著馬走在前面，而其剛結束與朋友聚會、酒氣未消的丈夫，跟跟蹌蹌抓著馬尾走在後頭，兩人一同踏上回家的路。而位於廣寧省的下龍灣，則被阮廌（越南人家喻戶曉的偉大歷史人物）形容為「天下的立石奇觀」。1969座島嶼矗立在白雲與泛著寶石色澤的藍海之間，加上遠古文化交錯的遺跡，其中某些甚至可追溯至公元前18000到25000年。下龍灣因此名列於世界最美的29座海灣之中，並於1994年與2000年兩度被聯合國教科文組織公認為世界自然遺產。還沒去過下龍灣的越南人，甚至會被説：不算了解祖國越南。那麼你還在等什麼呢？

越文閱讀參考

Du lịch Việt Nam: Sapa và vịnh Hạ Long

　Tục ngữ Việt Nam có câu: "Trăm nghe không bằng một thấy". Mời bạn hãy một lần đến với dải đất hình chữ S bên bờ biển Đông. Ở địa đầu Tây Bắc có thành phố Sapa. Bạn có biết người Pháp đã nói gì về Sapa không? Sapa như một ốc đảo xanh có mùi hương Paris giữa khoảng trời Châu Á. Khí hậu nơi đây làm họ vơi đi nỗi nhớ Châu Âu. Bạn sẽ nghe thấy tiếng chuông chiều từ một gác chuông nhà thờ xây dựng từ thế kỷ 19. Đi một vòng quanh chợ Sapa thì bạn sẽ thấy những em bé cổ đeo vòng bạc, các cô gái trong những chiếc váy thêu rực rỡ, những đồ thổ cẩm đố bạn dứt lòng mà không mua một chút kỷ niệm nhỏ. May mắn hơn bạn sẽ thấy một cô gái dắt ngựa đi trước và người chồng chưa tan hơi men say ở buổi chợ khi gặp bạn bè khật khừ túm đuôi ngựa đi sau trên đường về nhà. Ở Quảng Ninh thì có vịnh Hạ Long, nơi này được Nguyễn Trãi, một nhân vật lịch sử không một người Việt Nam nào không biết, miêu tả là "kỳ quan dựng đá giữa trời cao". Với 1969 hòn đảo giữa mây và biển xanh mầu hồng ngọc, thêm những dấu tích về những nền văn hoá tối cổ chồng chéo nhau, thậm chí đến 18000 đến 25000 năm trước công nguyên. Vịnh Hạ Long nằm trong danh sách 29 vịnh đẹp nhất thế giới, và 2 lần được Tổ chức UNESCO công nhận là Di sản thiên nhiên thế giới lần lượt vào năm 1994 và 2000. Ngay người Việt Nam chưa đến đây còn nói "chưa đi chưa biết quê nhà". Vậy bạn còn chần chừ gì nào?

Bài một 第一課
Bài hai 第二課
Bài ba 第三課
Bài bốn 第四課
Bài năm 第五課
Bài sáu 第六課
Bài bảy 第七課
Bài tám 第八課
Bài chín 第九課
Bài mười 第十課
Bài mười một 第十一課
Bài mười hai 第十二課
Phụ lục 附錄

Memo

Giới thiệu về bản thân: Tìm bạn trăm năm

自我介紹：尋找終生伴侶（百年朋友）

Cách giới thiệu về bản thân: tuổi, chòm sao, sở thích…

自我介紹的方法：年齡、星座、愛好……

12 con giáp 十二生肖

Nhóm máu 血型

I QUẢNG CÁO TÌM BẠN TRĂM NĂM
尋找終生伴侶的廣告

Nam
(Hà Nội)

Độc thân (Tìm bạn gái)
25 tuổi. Chòm sao Nhân Mã
Ngoại hình: trung bình
Sở thích: hội họa, bóng đá, chụp ảnh
Đối tượng cần tìm: xinh đẹp, chung thủy

Nữ
(Quảng Bình)

Li hôn (Tìm người kết hôn)
36 tuổi. Chòm sao Ma Kết
Ngoại hình: dễ thương
Sở thích: âm nhạc, khiêu vũ, nấu ăn
Đối tượng cần tìm: hài hước, thông minh

Nam
(Sài Gòn)

Độc thân (Tìm người yêu lâu dài)
23 tuổi. Chòm sao Xử Nữ
Ngoại hình: đẹp trai
Sở thích: du lịch, bóng rổ, ten nít
Đối tượng cần tìm: cao, xinh đẹp, thích thể thao

Nữ
(Thanh Hóa)

Độc thân
30 tuổi. Chòm sao Thiên Bình
Ngoại hình: dễ thương
Sở thích: thú cưng, đọc sách, ca hát
Đối tượng cần tìm: cùng sở thích, quan tâm, thấu hiểu

Bài một
第一課

Bài hai
第二課

Bài ba
第三課

Bài bốn
第四課

Bài năm
第五課

Bài sáu
第六課

Bài bảy
第七課

Bài tám
第八課

Bài chín
第九課

Bài mười
第十課

Bài mười một
第十一課

Bài mười hai
第十二課

Phụ lục
附錄

中譯：

男　　　單身（找女友）
（河內）　二十五歲。射手座
　　　　　外型：中等
　　　　　喜好：繪畫、足球、攝影
　　　　　尋找的對象：漂亮、專情

女　　　已離婚（找結婚對象）
（廣平）　三十六歲。摩羯座
　　　　　外型：可愛
　　　　　喜好：音樂、跳舞、烹飪
　　　　　尋找的對象：幽默、聰明

男　　　單身（找能長久相愛的對象）
（西貢）　二十三歲。處女座
　　　　　外型：帥氣
　　　　　喜好：旅遊、籃球、網球
　　　　　尋找的對象：高、漂亮、喜歡運動

女　　　單身
（清化）　三十歲。天秤座
　　　　　外型：可愛
　　　　　喜好：寵物、閱讀、唱歌
　　　　　尋找的對象：共同愛好、（互相）關心、（相互）了解

II TỪ VỰNG 詞彙

❶ độc thân 單身

❷ li hôn 離婚

❸ kết hôn 結婚

❹ ngoại hình 外表、外型

❺ trung bình 普通

❻ hội họa 畫畫、繪畫

❼ bóng đá 足球

❽ chụp ảnh 拍照、攝影

❾ xinh đẹp 美麗

❿ chung thủy 專情

⓫ dễ thương 可愛

⓬ âm nhạc 音樂

⓭ khiêu vũ 跳舞

⓮ nấu ăn 烹飪

⓯ hài hước 幽默

⓰ bóng rổ 籃球

⓱ ten-nít 網球

⓲ thú cưng 寵物

⓳ cùng sở thích 共同愛好

⓴ quan tâm 關心

㉑ thấu hiểu 理解

Ⅲ CHÚ THÍCH NGỮ PHÁP 文法解釋

（一）Chòm sao / cung hoàng đạo 星座

- Trinh Nghi: Thừa Hạo ơi, bạn thuộc chòm sao / cung hoàng đạo nào?

  貞宜：承浩好，你是什麼星座？

  Thừa Hạo: Mình thuộc chòm sao / cung ...

  承浩：我是……

Chòm sao Bạch Dương
白羊座
21/03 - 19/04

Chòm sao Kim Ngưu
金牛座
20/04 - 20/05

Chòm sao Song Tử
雙子座
21/05 - 20/06

Chòm sao Cự Giải
巨蟹座
21/06 - 22/07

Chòm sao Sư Tử
獅子座
23/07 - 22/08

Chòm sao Xử Nữ
處女座
23/08 - 22/09

Chòm sao Thiên Bình
天秤座
23/09 - 22/10

Chòm sao Thiên Yết
天蠍座
23/10 - 21/11

Chòm sao Nhân Mã
射手座
22/11 - 21/12

Chòm sao Ma Kết
魔羯座
22/12 - 19/01

Chòm sao Bảo Bình
水瓶座
20/01 - 18/02

Chòm sao Song Ngư
雙魚座
19/02 - 20/03

（二）12 con giáp 十二生肖

● Hải Anh: Trinh Nghi ơi, bạn tuổi (con) gì?

海英：貞宜好，妳屬什麼的？

Trinh Nghi: Mình tuổi ...

貞宜：我屬……

Tuổi Tý 子
Chuột 老鼠

Tuổi Sửu 丑
Trâu 牛

Tuổi Dần 寅
Hổ 老虎

Tuổi Mão 卯
越南屬 Mèo 貓
臺灣屬 Thỏ 兔子

Tuổi Thìn 辰
Rồng 龍

Tuổi Tị 巳
Rắn 蛇

Tuổi Ngọ 午
Ngựa 馬

Tuổi Mùi 未
Dê 羊

Tuổi Thân 申
Khỉ 猴子

Tuổi Dậu 酉
Gà 雞

Tuổi Tuất 戌
Chó 狗

Tuổi Hợi 亥
Heo 豬

（三）Nhóm máu 血型

- Bạn (thuộc) nhóm máu gì?
  你是什麼血型？

  Tôi (thuộc) nhóm máu ...
  我是……（血）型。

Nhóm máu A
A 型

Nhóm máu B
B 型

Nhóm máu O
O 型

Nhóm máu AB
AB 型

Bài một 第一課
Bài hai 第二課
Bài ba 第三課
Bài bốn 第四課
Bài năm 第五課
Bài sáu 第六課
Bài bảy 第七課
Bài tám 第八課
Bài chín 第九課
Bài mười 第十課
Bài mười một 第十一課
Bài mười hai 第十二課
Phụ lục 附錄

Ⅳ LUYỆN TẬP 練習

（一）請寫一段自我介紹。

_____

_____

_____

_____

_____

_____

_____

_____

_____

（二）請寫一段對於尋找對象（朋友）的要求。

_____

_____

_____

_____

_____

_____

_____

_____

Ⅴ THÀNH NGỮ, TỤC NGỮ, BÀI HÁT
成語、俗語、歌謠

Con Rồng cháu Tiên
龍子仙孫

　　這個成語，「龍」指貉龍君，是龍女的兒子；「仙」則指嫗姬，是神農的後代。越南人自稱是龍子仙孫，即自認是貉龍君和嫗姬的後代，對自己高貴的民族血統感到自豪和自尊，同時肯定與歌頌生活在越南各地的 54 個民族之間脣齒相依、相親相愛的團結精神，以及美好、悠久的歷史傳統。

越文閱讀參考

Bùi Huy Quang 畫家的作品

　Trong cách gọi này, Rồng chỉ Lạc Long Quân, là con trai thần Long Nữ và Tiên chỉ Âu Cơ thuộc dòng dõi Thần Nông. Người Việt Nam tự gọi mình là con Rồng cháu Tiên tức là nhận mình là dòng dõi của Lạc Long Quân và Âu Cơ, thể hiện lòng tự hào, tự tôn về nguồn gốc cao quý của dân tộc, đồng thời khẳng định và ca ngợi mối quan hệ gắn bó thân thiết cùng truyền thống đoàn kết tốt đẹp có từ lâu đời của 54 dân tộc anh em sống trên đất nước Việt Nam.

愛情

　　如果你和一個越南的女孩或男孩有深厚的情感，那請努力學習大詩豪阮攸《翹傳》中的兩句詩：「人們為何相遇呢？得要一輩子才知道有緣或無緣？」當今，年輕一代的越南人廣泛使用網路，每個人都懂得這句簡單的話「I love you」。但當你說出以上幾句詩，你一定會得到一個充滿驚喜的微笑以及十分愛慕的眼神。而愛情從何開始？是從一個笑顏，令人難忘、轉瞬間的眼神，還是從對方的仰慕？不就是那些剎那間而無法釋懷的心動時刻？那是個甜蜜又神祕的旅程，你必須自己探索。

> 越文閱讀參考

Tình yêu

　Nếu bạn có tình cảm sâu đậm với một cô gái hay một chàng trai Việt Nam, thì hãy cố gắng học hai câu thơ này trong truyện Kiều của đại thi hào Nguyễn Du: *Người đâu gặp gỡ làm chi? Trăm năm có biết duyên gì hay không*? Lớp trẻ Việt nam ngày nay đều sử dụng rộng rãi Internet và ai cũng hiểu cụm từ đơn giản "I love you". Nhưng khi bạn nói mấy câu trên, chắc chắn bạn sẽ nhận được một nụ cười hay một cái nhìn âu yếm và sự ngưỡng mộ. Mà tình yêu bắt đầu từ đâu? Từ nụ cười, từ một ánh mắt thoáng qua mà không thể quên, hay từ sự ngưỡng mộ? Có phải từ những khoảnh khắc thoáng qua mà lại vô cùng khó quên như thế? Đó là hành trình ngọt ngào và cũng đầy bí ẩn mà tự bạn phải tìm hiểu.

Phụ lục
附錄

附錄 1　生日快樂歌

附錄 2　越南 54 個民族

附錄 3　練習解答

附錄 4　各課單字索引

BÀI HÁT CHÚC MỪNG SINH NHẬT

生日快樂歌

Chào mừng sinh nhật đáng yêu	祝賀可愛的生日
Chào mừng sinh nhật dễ thương	祝賀可愛的生日
Mừng ngày chúng ta sinh ra đời	慶祝我們出生的日子
Hãy nắm tay cùng hát mừng	一起牽著手唱歌慶祝

54 dân tộc Việt Nam
越南 54 個民族

1	Ba Na	巴拿族（南亞語系孟 - 高棉語族）
2	Bố Y	布依族（壯侗語系侗台語族）
3	Braau	布婁族（南亞語系孟 - 高棉語族）
4	Bru - Vân Kiều	布魯 - 雲喬族（南亞語系孟 - 高棉語族）
5	Chăm	占族（南島語系馬來 - 玻里尼西亞語族）
6	Chơ Ro	遮羅族（南亞語系孟 - 高棉語族）
7	Chu Ru	朱魯族（南島語系馬來 - 玻里尼西亞語族）
8	Chứt	哲族（壯侗語系越芒語族）
9	Co	戈族（南亞語系孟 - 高棉語族）
10	Cờ Lao	仡佬族（壯侗語系仡央語族）
11	Cơ Tu	戈都族（南亞語系孟 - 高棉語族）
12	Cống	貢族（漢藏語系藏緬語族）
13	Dao	瑤族（苗瑤語族）
14	Ê đê	埃地族（南島語系馬來 - 玻里尼西亞語族）
15	Gia Rai	嘉萊族（南島語系馬來 - 玻里尼西亞語族）
16	Giáy	熱依族（壯侗語系侗台語族）
17	Giẻ Triêng	葉堅族（南亞語系孟 - 高棉語族）
18	Hà Nhì	哈尼族（漢藏語系藏緬語族）
19	H'Mông	赫蒙族（苗族）（苗瑤語族）
20	Hoa	華族（漢藏語系漢語族）
21	Hrê	赫耶族（南亞語系孟 - 高棉語族）

第一課 Bài một
第二課 Bài hai
第三課 Bài ba
第四課 Bài bốn
第五課 Bài năm
第六課 Bài sáu
第七課 Bài bảy
第八課 Bài tám
第九課 Bài chín
第十課 Bài mười
第十一課 Bài mười một
第十二課 Bài mười hai
附錄 Phụ lục

22	Kháng	抗族（南亞語系孟 - 高棉語族）
23	Khmer	高棉族（南亞語系孟 - 高棉語族）
24	K'ho	格賀族（南亞語系孟 - 高棉語族）
25	Khơ-mú	克木族（南亞語系孟 - 高棉語族）
26	La Ha	拉哈族（壯侗語系仡央語族）
27	La Chí	拉基族（壯侗語系仡央語族）
28	La Hủ	拉祜族（漢藏語系藏緬語族）
29	Lào	佬族（壯侗語系侗台語族）
30	Lô Lô	倮倮族（彝族）（漢藏語系藏緬語族）
31	Lự	盧族（傣仂）（壯侗語系侗台語族）
32	Mạ	麻族（南亞語系孟 - 高棉語族）
33	Mảng	莽族（南亞語系孟 - 高棉語族）
34	M'Nông	墨儂族（南亞語系孟 - 高棉語族）
35	Mường	芒族（壯侗語系越芒語族）
36	Ngái	艾族（漢藏語系漢語族）
37	Nùng	儂族（壯侗語系侗台語族）
38	Ơ Đu	俄都族（南亞語系孟 - 高棉語族）
39	Pà Thẻn	巴天族（苗瑤語族）
40	Phù Lá	夫拉族（漢藏語系藏緬語族）
41	Pu Péo	布標族（壯侗語系仡央語族）
42	Ra-glai	拉格萊族（南島語系馬來 - 玻里尼西亞語族）
43	Rơ-măm	勒曼族（南亞語系孟 - 高棉語族）
44	Sán Chay	山澤族（壯侗語系侗台語族）
45	Sán Dìu	山由族（漢藏語系漢語族）
46	Si La	西拉族（漢藏語系藏緬語族）

47	Tà Ôi	達渥族（南亞語系孟 - 高棉語族）
48	Tày	岱依族（壯侗語系侗台語族）
49	Thái	泰族（壯侗語系侗台語族）
50	Thổ	土族（與中國的土族無關）（壯侗語系越芒語族）
51	Việt (Kinh)	越族（京族）（壯侗語系越芒語族）
52	Xinh Mun	欣門族（南亞語系孟 - 高棉語族）
53	Xơ-đăng	色當族（南亞語系孟 - 高棉語族）
54	Xtiêng	斯丁族（南亞語系孟 - 高棉語族）

Bài một 第一課
Bài hai 第二課
Bài ba 第三課
Bài bốn 第四課
Bài năm 第五課
Bài sáu 第六課
Bài bảy 第七課
Bài tám 第八課
Bài chín 第九課
Bài mười 第十課
Bài mười một 第十一課
Bài mười hai 第十二課
Phụ lục 附錄

Phụ lục 3 附錄 3

Giải đáp bài tập
練習解答

（一）以實際時間來回答以下的問題。

假如今天的時間是

Hôm nay là thứ bảy ngày 11 tháng 1 năm 2020

今天是星期六，二〇二〇年一月十一日

❶ Hôm nay là ngày bao nhiêu? <u>Hôm nay là ngày 11.</u>
今天是幾號？今天是十一號。

❷ Hôm qua là ngày bao nhiêu? <u>Hôm qua là ngày mồng 10.</u>
昨天是幾號？昨天十號。

❸ Hôm kia là ngày bao nhiêu? <u>Hôm kia là ngày mồng 9.</u>
前天是幾號？前天是九號。

❹ Ngày mai là ngày bao nhiêu? <u>Ngày mai là ngày 12.</u>
明天是幾號？明天是十二號。

❺ Ngày kia là ngày bao nhiêu? <u>Ngày kia là ngày 13.</u>
後天是幾號？後天是十三號。

❻ Hôm nay là thứ mấy? <u>Hôm nay là thứ bảy.</u>
今天是星期幾？今天是星期六。

❼ Hôm qua là thứ mấy? <u>Hôm qua là thứ sáu.</u>
昨天是星期幾？昨天是星期五。

❽ Hôm kia là thứ mấy? <u>Hôm kia là thứ năm.</u>
前天是星期幾？前天是星期四。

❾ Ngày mai là thứ mấy? <u>Ngày mai là chủ nhật.</u>

明天是星期幾？明天是星期日。

❿ Ngày kia là thứ mấy? <u>Ngày kia là thứ hai.</u>

後天是星期幾？後天是星期一。

（二）用「Bao giờ? / Khi nào?」詢問過去或將來的時間點，並回答。

❶ Chị / đi Mỹ / tuần trước

<u>Chị đi Mỹ bao giờ?</u> 妳什麼時候去美國的？

<u>Tuần trước.</u> 上週。

❷ Ông ấy / đi Nhật Bản / tháng sau

<u>Bao giờ ông ấy đi Nhật Bản?</u> 他什麼時候要去日本？

<u>Tháng sau.</u> 下個月。

❸ Bạn / đi uống cà phê / chiều mai

<u>Khi nào bạn đi uống cà phê?</u> 你什麼時候要去喝咖啡？

<u>Chiều mai.</u> 明天下午。

❹ Anh ấy / tốt nghiệp đại học / tháng trước

<u>Anh ấy tốt nghiệp đại học khi nào?</u> 他什麼時候畢業教書的？

<u>Tháng trước.</u> 上個月。

❺ Ông Long / đi Đài Bắc / hôm qua

<u>Ông Long đi Đài Bắc khi nào?</u> 龍爺爺什麼時候去臺北的？

<u>Hôm qua.</u> 昨天。

❻ Cô ấy / đi thư viện / sáng mai

<u>Khi nào cô ấy đi thư viện?</u> 她什麼時候要去圖書館？

<u>Sáng mai.</u> 明天早上。

❼ Em / đi bưu điện / chiều mai

<u>Khi nào em đi bưu điện?</u> 你什麼時候要去郵局？

<u>Chiều mai.</u> 明天下午。

Bài một 第一課
Bài hai 第二課
Bài ba 第三課
Bài bốn 第四課
Bài năm 第五課
Bài sáu 第六課
Bài bảy 第七課
Bài tám 第八課
Bài chín 第九課
Bài mười 第十課
Bài mười một 第十一課
Bài mười hai 第十二課
Phụ lục 附錄

❽ Chị Mai / bắt đầu làm việc ở công ty mới / tuần trước

Chị Mai bắt đầu làm việc ở công ty khi nào?　梅姊什麼時候開始在公司上班的？

Tuần trước.　上週。

（三）用「Bao lâu」來提問，並用「khoảng」來回答不具體的時間。

❶ Anh / ở Hà Nội / 1 tháng

Anh ở Hà nội bao lâu?　你在河內多久？

Khoảng 1 tháng.　約一個月。

❷ Bà / đến Tokyo / 2 tuần

Bà đến Tokyo bao lâu?　你到東京多久？

Khoảng 2 tuần.　約兩週。

❸ Cô / làm việc ở Sài Gòn / 3 năm

Cô làm việc ở Sài Gòn bao lâu rồi?　妳在西貢工作多久了？

Khoảng 3 năm rồi.　約三年了。

❹ Em / học tiếng Việt / 4 tháng

Em học tiếng Việt khoảng bao lâu rồi?　你學越南語多久了？

Khoảng 4 tháng rồi.　約四個月了。

❺ Bà Hải / đi Pháp / 5 tháng

Bà Hải đi Pháp bao lâu?　海奶奶去法國多久？

Khoảng 5 tháng.　約五個月。

❻ Thừa Hạo / về Đài Loan / 1 tuần

Thừa Hạo về Đài Loan bao lâu?　承浩回臺灣多久？

Khoảng 1 tuần.　約一週。

（一）根據下面內容並運用上面四種問路方法進行問答。

❶ ngân hàng (đi thẳng / rẽ trái / qua ngã ba / là đến nơi)

Xin hỏi, đường đến **ngân hàng** đi thế nào ạ?

請問，去銀行的路要怎麼走？

Đầu tiên bạn đi thẳng, sau đó rẽ trái, qua ngã ba là đến nơi.

你直走，接著左轉，經過三叉路口就抵達了。

❷ trường học (qua ngã tư / rẽ phải / đi tiếp 200m / là đến nơi)

Làm ơn chỉ giúp tôi đường tới **trường học**?

麻煩指示我到學校的路？

Đầu tiên bạn đi qua ngã tư, sau đó rẽ phải, đi tiếp 200 mét là đến nơi.

首先經過十字路口，接著右轉，再繼續走兩百公尺就抵達了。

❸ khách sạn (đi thẳng khoảng 500 mét / rẽ trái / là đến nơi)

Làm ơn cho tôi hỏi, **khách sạn** ở đâu ạ?

麻煩讓我問，旅館在哪？

Đầu tiên bạn đi thẳng khoảng 500 mét, sau đó rẽ trái là đến nơi.

首先直走約五百公尺，接著左轉就抵達了。

❹ trạm xăng (đi khoảng 300 mét / qua ngã tư / ở bên tay phải)

Xin hỏi, từ đây đến **trạm xăng** đi đường nào ạ?

請問，從這到加油站的路要怎麼走？

Đầu tiên bạn đi thẳng khoảng 300 mét, sau đó đi qua ngã tư, trạm xăng ở bên tay phải.

首先你直走約三百公尺，接著經過十字路口，加油站在右手邊。

❺ công viên (qua ngã ba / rẽ trái / là đến nơi)

Làm ơn chỉ giúp tôi đường tới **công viên**?

麻煩指示我到公園的路？

Bạn đi thẳng qua ngã ba, sau đó rẽ trái là đến nơi.

你直走經過三叉路口，接著左轉就抵達了。

❻ quán cà phê (đi qua ngã ba / đi tiếp khoảng 200m / ở bên tay trái)

Làm ơn cho tôi hỏi, **quán cà phê** ở đâu ạ?

麻煩讓我問，咖啡館在哪？

Đầu tiên bạn đi qua ngã ba, sau đó đi tiếp khoảng 200 mét, quán cà phê ở bên tay trái.

首先你經過三叉路口，接著繼續走約兩百公尺，咖啡館在左手邊。

❼ sân bay (đi qua 2 ngã tư / đi tiếp 500 mét / bên tay trái)

Làm ơn chỉ giúp tôi đường tới **sân bay**?

麻煩指示我到機場的路？

Bạn đi qua 2 ngã tư, sau đó đi tiếp 500 mét, sân bay ở bên tay trái.

你經過兩個十字路口，接著再走五百公尺，機場在左手邊。

❽ bảo tàng (đi thẳng 300 mét / rẽ phải / đi qua ngã tư / là đến nơi)

Làm ơn cho tôi hỏi, **bảo tàng** ở đâu ạ?

麻煩讓我問，博物館在哪？

Bạn đi thẳng khoảng 300 mét, sau đó rẽ phải, tiếp tục đi qua ngã tư, là đến nơi.

你直走約三百公尺，接著右轉，繼續經過十字路口，就抵達了。

❾ siêu thị (rẽ trái / qua ngã ba / rẽ phải / là đến nơi)

Xin hỏi, từ đây đến **siêu thị** đi đường nào ạ?

請問，從這到超市怎麼走？

Đầu tiên rẽ trái, sau đó qua ngã ba rẽ phải là đến nơi.

首先左轉，接著過三叉路口右轉就抵達了。

❿ chợ (rẽ phải / đi 200 mét / rẽ trái / là đến nơi)

Làm ơn chỉ giúp tôi đường tới **chợ**?

麻煩指示我到市場的路？

Bạn rẽ phải, sau đó đi 200 mét, rẽ trái là đến nơi.

你右轉，接著走兩百公尺，左轉就抵達了。

⓫ bưu điện (quay lại, đi qua ngân hàng 100 mét / là đến nơi)

Làm ơn chỉ giúp tôi đường tới **bưu điện**?

麻煩指示我到郵局的路？

Bạn quay lại, sau đó đi qua ngân hàng khoảng 100 mét, là đến nơi.

你回頭，然後經過銀行一百公尺就就抵達了。

⓬ nhà hát lớn (đi thẳng khoảng 800 mét / bên tay phải)

Xin hỏi, từ đây đến **nhà hát lớn** đi đường nào ạ?

請問，從這到大歌劇院怎麼走？

Bạn đi thẳng khoảng 800 mét, nhà hát lớn ở bên tay phải.

你直走八百公尺，大歌劇院就在右手邊。

⓭ bến xe buýt (rẽ trái / đi khoảng 500 mét / bên tay trái)

Làm ơn chỉ giúp tôi đường tới **bến xe buýt**?

麻煩指示我到公車站的路？

Đầu tiên bạn rẽ trái, sau đó đi khoảng 500 mét, bến xe buýt ở bên tay trái.

首先左轉，接著走約五百公尺，公車站就在左手邊。

⓮ đồn công an (qua hai ngã tư / rẽ phải / là đến nơi)

Làm ơn cho tôi hỏi, **đồn công an** ở đâu ạ?

麻煩讓我問，派出所在哪？

Đầu tiên bạn đi qua hai ngã tư, sau đó rẽ phải là đến nơi.

首先經過兩個十字路口，接著右轉就抵達了。

⓯ ga tàu hỏa (rẽ trái / đi thẳng khoảng 500 mét / là đến nơi)

Làm ơn chỉ giúp tôi đường tới **ga tàu hỏa**?

麻煩指示我到火車站的路？

Đầu tiên bạn rẽ trái, sau đó đi thẳng khoảng 500 mét là đến nơi.

首先左轉，接著直走約五百公尺就抵達了。

（二）從不同的地方問路，並回答如何抵達 THE ONE SAIGON 大樓。

例如：你的位置是從 Nguyễn Du 三叉路口出發

Đầu tiên đi thẳng, qua 3 ngã tư thì rẽ trái, đi khoảng 500 mét, THE ONE SAIGON bên tay phải.

首先直走，經過三個十字路口就左轉，走約五百公尺，THE ONE SAIGON 就在右手邊。

Bài một 第一課
Bài hai 第二課
Bài ba 第三課
Bài bốn 第四課
Bài năm 第五課
Bài sáu 第六課
Bài bảy 第七課
Bài tám 第八課
Bài chín 第九課
Bài mười 第十課
Bài mười một 第十一課
Bài mười hai 第十二課
Phụ lục 附錄

（一）扮演買賣的人用「Bao nhiêu tiền?」、「Bán thế nào?」、「Giá bao nhiêu?」來問
　　　價格與討價還價：

❶ Quả（顆）／ dưa hấu（西瓜）／ 20.000 VND ／ 15.000 VND ／ 18.000 VND

- Chị ơi, dưa hấu bán thế nào? 姐啊，西瓜怎麼賣？
- 20.000 đồng / 1 kg em ạ. 兩萬越南盾一公斤。
- Đắt quá, 15.000 được không chị? 好貴，一萬五千越南盾可以嗎？
- Đúng 18.000 em nhé. 就一萬八千吧。

❷ Kg（公斤）／ chanh（檸檬）／ 45.000 VND ／ 35.000 VND ／ 38.000 VND

- Chị ơi, chanh giá bao nhiêu? 姐啊，檸檬多少錢？
- 45.000 đồng / 1 kg em ạ. 四萬五千越南盾一公斤。
- Đắt quá, 35.000 được không chị? 好貴，三萬五千越南盾可以嗎？
- Đúng 38.000 em nhé. 就三萬八千吧。

❸ Kg（公斤）／ táo（蘋果）／ 60.000 VND ／ 45.000 VND ／ 50.000 VND

- Chị ơi, bao nhiêu tiền 1 kg táo Mỹ? 姐啊，美國蘋果一公斤多少錢？
- 60.000 đồng em ạ. 六萬越南盾。
- Đắt quá, 45.000 được không chị? 好貴，四萬五千越南盾可以嗎？
- 50.000 em nhé. 五萬吧。

❹ Nải（串）／ chuối（香蕉）／ 20.000 VND ／ 15.000 VND ／ 20.000 VND

- Chị ơi, chuối bán thế nào? 姐啊，香蕉怎麼賣？
- 20.000 đồng / 1 nải em ạ. 兩萬越南盾一串。
- Đắt quá, 15.000 được không chị? 好貴，一萬五千越南盾可以嗎？
- Không nói thách, đúng 20.000 em nhé. 不報你高價，就兩萬元吧。

❺ Chiếc（件）／ áo xanh（藍色上衣）／ 300.000VND ／ 230.00 VND ／ 250.000 VND

- Chị ơi, chiếc áo xanh này bán thế nào? 姐啊，這件青衣怎麼賣？
- 300.000 đồng anh ạ. 三十萬越南盾。
- Đắt quá, rẻ hơn một chút được không, 230.000 được không chị?
  好貴，便宜一點可以嗎？二十三萬越南盾可以嗎？
- Đúng 250.000 anh ạ. 就二十五萬吧。

❻ Chiếc（件）/ quần đen（黑色褲子）/ 250.000 VND / 200.000 VND / 230.000 VND

- Chị ơi, chiếc quần đen này giá bao nhiêu? 姐啊，這件黑褲多少錢？
- 250.000 đồng em ạ. 二十五萬越南盾。
- Tính rẻ cho em, 200.000 được không chị? 算便宜一點給我，二十萬越南盾可以嗎？
- Đúng 230.000 em nhé. 那二十三萬吧。

❼ Chiếc / váy trắng / 450.000 VND / 380.000 VND / 400.000 VND

- Chị ơi, chiếc váy trắng này giá bao nhiêu? 姐啊，這件白裙多少錢？
- 450.000 đồng em ạ. 四十五萬越南盾。
- Đắt quá, 380.000 được không chị? 好貴，三十八萬越南盾可以嗎？
- Đúng 400.000 em nhé. 就四十萬吧。

❽ Đôi / giày thể thao nâu / 260.000 VND / 200.000 VND / 260.000 VND

- Chị ơi, đôi giày thể thao nâu này bán thế nào? 姐啊，這雙褐色的運動鞋怎麼賣？
- 260.000 đồng em ạ. 二十六萬越南盾。
- Đắt quá, 200.000 được không chị? 好貴，二十萬越南盾可以嗎？
- Không nói thách em nhé, đúng 260.000. 不報妳高價，就二十六萬。

❾ Bộ / áo dài đỏ / 800.000 VND / 600.000 VND / 700.000 VND

- Chị ơi, bộ áo dài đỏ này bán thế nào? 姐啊，這套紅奧黛怎麼賣？
- 800.000 đồng em ạ. 八十萬越南盾。
- Đắt quá, 600.000 được không chị? 好貴，六十萬越南盾可以嗎？
- Đúng 700.000 em nhé. 就七十萬吧。

Bài một 第一課
Bài hai 第二課
Bài ba 第三課
Bài bốn 第四課
Bài năm 第五課
Bài sáu 第六課
Bài bảy 第七課
Bài tám 第八課
Bài chín 第九課
Bài mười 第十課
Bài mười một 第十一課
Bài mười hai 第十二課
Phụ lục 附錄

（一）看菜單，接著點菜。

❶

Người phục vụ	Mời anh chị xem thực đơn.
服務生	請你們看菜單。
Khách hàng 1	Tôi muốn gọi <u>súp hạt sen</u>, <u>lẩu thập cẩm</u> và <u>tôm chiên.</u>
第一客人	我要點蓮子湯、什錦鍋與炸蝦。
Khách hàng 2	Cho tôi thêm <u>cơm niêu</u> và <u>rau muống xào.</u>
第二客人	再給我砂鍋飯與炒空心菜。

❷

Người phục vụ	Mời anh chị xem thực đơn.
服務生	請你們看菜單。
Khách hàng 1	Tôi muốn gọi <u>súp hải sản</u> và <u>lẩu gà.</u>
第一客人	我要點海鮮湯與雞肉鍋。
Khách hàng 2	Cho tôi thêm <u>bắp cải xào</u> và <u>tôm chiên.</u>
第二客人	再給我炒高麗菜與炸蝦。

❸

Người phục vụ	Mời anh chị xem thực đơn.
服務生	請你們看菜單。
Khách hàng 1	Tôi muốn gọi <u>súp gà nấm hương</u> và <u>lẩu bò.</u>
第一客人	我要點香菇雞湯與牛肉鍋。
Khách hàng 2	Cho tôi thêm <u>rau ngồng tỏi xào</u> và <u>phở bò.</u>
第二客人	再給我炒蒜苗與牛肉河粉。

❹

Người phục vụ	Mời anh chị xem thực đơn.
服務生	請你們看菜單。
Khách hàng 1	Tôi muốn gọi <u>súp bào ngư</u>, <u>lẩu gà</u> và <u>cá hấp.</u>
第一客人	我要點鮑魚湯、雞肉鍋與清蒸魚。
Khách hàng 2	Cho tôi thêm <u>cơm niêu</u> và <u>rau súp lơ xào.</u>
第二客人	再給我砂鍋飯與炒花椰菜。

❺

Người phục vụ	Mời anh chị xem thực đơn.
服務生	請你們看菜單。
Khách hàng 1	Tôi muốn gọi <u>lẩu bò</u> và <u>mực xào.</u>
第一客人	我要點牛肉鍋與炒魷魚。
Khách hàng 2	Cho tôi thêm <u>cá hấp</u> và <u>cơm gà quay.</u>
第二客人	再給我清蒸魚與烤雞飯。

❻

Người phục vụ	Mời anh chị xem thực đơn.
服務生	請你們看菜單。
Khách hàng 1	Tôi muốn gọi <u>cơm sườn rán</u> và <u>rau bắp cải xào.</u>
第一客人	我要點炸排骨飯與炒高麗菜。
Khách hàng 2	Cho tôi thêm <u>súp gà nấm hương</u> và <u>cá kho tộ.</u>
第二客人	再給我香菇雞湯與紅燒魚。

❼

Người phục vụ	Mời anh chị xem thực đơn.
服務生	請你們看菜單。
Khách hàng 1	Tôi muốn gọi <u>lẩu hải sản</u> và <u>tôm chiên.</u>
第一客人	我要點海鮮鍋與炸蝦。
Khách hàng 2	Cho tôi thêm <u>phở gà</u> và <u>bún chả.</u>
第二客人	再給我雞肉河粉與烤肉米線。

❽

Người phục vụ	Mời anh chị xem thực đơn.
服務生	請你們看菜單。
Khách hàng 1	Tôi muốn gọi <u>bánh tôm Hồ Tây</u> và <u>bánh cuốn.</u>
第一客人	我要點西湖蝦餅與越式粉卷。
Khách hàng 2	Cho tôi thêm <u>bún bò Huế</u> và <u>xôi.</u>
第二客人	再給我順化牛肉米線與越式糯米飯。

Bài một 第一課
Bài hai 第二課
Bài ba 第三課
Bài bốn 第四課
Bài năm 第五課
Bài sáu 第六課
Bài bảy 第七課
Bài tám 第八課
Bài chín 第九課
Bài mười 第十課
Bài mười một 第十一課
Bài mười hai 第十二課
Phụ lục 附錄

❾

Người phục vụ	Mời anh chị xem thực đơn.
服務生	請你們看菜單。
Khách hàng 1	Tôi muốn gọi chả cá Lã vọng và mỳ Quảng.
第一客人	我要點羅望烤魚與廣南麵。
Khách hàng 2	Cho tôi thêm cao lầu và bánh xèo.
第二客人	再給我高樓麵與越式煎餅。

❿

Người phục vụ	Mời anh chị xem thực đơn.
服務生	請你們看菜單。
Khách hàng 1	Tôi muốn gọi canh chua cá và gỏi cuốn.
第一客人	我要點酸魚湯與生春捲。
Khách hàng 2	Cho tôi thêm nem rán và hủ tiếu Nam Vang.
第二客人	再給我炸春捲與金邊粿條。

Bài năm 第五課（僅供參考）P72

（一）進入咖啡店，看菜單並按照以下的內容進行造句。

❶

A：Anh dùng gì? 你要用什麼餐點？

B：Cho tôi 1 cà phê đen đá và 1 bánh sô cô la chuối. Tất cả bao nhiêu tiền?
給我一杯冰的黑咖啡和一個香蕉巧克力蛋糕。我的全部要多少錢？

A：Của anh tổng cộng là 35.000 đồng. 全部是三萬五千越南盾。

B：Gửi bạn. 給你。

❷

A：Chị dùng gì? 妳要用什麼餐點？

B：Cho tôi 1 cà phê sữa nóng và 1 bánh Macaron. Tất cả bao nhiêu tiền?
給我一杯熱的拿鐵咖啡和一個馬卡龍。我的全部要多少錢？

A：Của chị tổng cộng là 37.000 đồng. 全部是三萬七千越南盾。

B：Gửi bạn. 給你。

❸

A：<u>Các bạn dùng gì?</u> 你們要用什麼餐點？

B：<u>Cho chúng tôi 1 cà phê sữa đá và 1 bánh kem. Tất cả bao nhiêu tiền?</u>
給我們一杯冰拿鐵咖啡和一個冰淇淋蛋糕。我的全部要多少錢？

A：<u>Của các bạn tổng cộng là 50.000 đồng.</u> 全部是五萬越南盾。

B：<u>Gửi bạn.</u> 給你。

❹

A：<u>Bạn dùng gì?</u> 你要用什麼餐點？

B：<u>Cho tôi 1 trà sữa chân trâu Đài Loan và 1 bánh kem. Tất cả bao nhiêu tiền?</u>
給我一杯臺灣珍珠奶茶和一個冰淇淋蛋糕。我的全部要多少錢？

A：<u>Của bạn tổng cộng là 60.000 đồng.</u> 全部要六萬越南盾。

B：<u>Gửi bạn.</u> 給你。

❺

A：<u>Các chị dùng gì?</u> 妳要用什麼餐點？

B：<u>Cho tôi 1 trà chanh dây và 1 bánh Tiramisu. Tất cả bao nhiêu tiền?</u>
給我一杯百香果茶和一個提拉米蘇。我的全部要多少錢？

A：<u>Của các chị tổng cộng là 46.000 đồng.</u> 全部要四萬六千越南盾。

B：<u>Gửi bạn.</u> 給你。

❻

A：<u>Bạn dùng gì?</u> 你要用什麼餐點？

B：<u>Cho tôi 1 trà sữa matcha và 1 Macaron. Tất cả bao nhiêu tiền?</u>
給我一杯抹茶奶茶和一個馬卡龍。我的全部要多少錢？

A：<u>Của bạn tổng cộng là 35.000 đồng.</u> 全部要三萬五千越南盾。

B：<u>Gửi bạn.</u> 給你。

❼

A：<u>Các anh dùng gì?</u> 你們要用什麼餐點？

B：<u>Cho chúng tôi 1 trà sữa đào và 1 bánh kem. Tất cả bao nhiêu tiền?</u>
給我們一杯蜜桃奶茶和一個冰淇淋蛋糕。我的全部要多少錢？

Bài một 第一課
Bài hai 第二課
Bài ba 第三課
Bài bốn 第四課
Bài năm 第五課
Bài sáu 第六課
Bài bảy 第七課
Bài tám 第八課
Bài chín 第九課
Bài mười 第十課
Bài mười một 第十一課
Bài mười hai 第十二課
Phụ lục 附錄

A：<u>Của các anh tổng cộng là 55.000 đồng.</u>　全部要五萬五千越南盾。

B：<u>Gửi bạn.</u>　給你。

❽

A：<u>Chị dùng gì?</u>　妳要用什麼餐點？

B：<u>Cho tôi 1 sinh tố xoài và 1 nước ép dưa hấu. Tất cả bao nhiêu tiền?</u>
　　給我一杯芒果果昔和一杯西瓜汁。我的全部要多少錢？

A：<u>Của chị tổng cộng là 40.000 đồng.</u>　全部要四萬越南盾。

B：<u>Gửi bạn.</u>　給你。

❾

A：<u>Bạn dùng gì?</u>　你要用什麼餐點？

B：<u>Cho tôi 1 sinh tố bơ và 1 nước ép cam. Tất cả bao nhiêu tiền?</u>
　　給我一杯酪梨果昔和一杯柑橘汁。我的全部要多少錢？

A：<u>Của bạn tổng cộng là 48.000 đồng.</u>　全部要四萬八千越南盾。

B：<u>Gửi bạn.</u>　給你。

❿

A：<u>Các anh dùng gì?</u>　你們要用什麼餐點？

B：<u>Cho chúng tôi 1 sinh tố mãng cầu và 1 nước ép cà rốt. Tất cả bao nhiêu tiền?</u>
　　給我們一杯釋迦果昔和一杯胡蘿蔔汁。我的全部要多少錢？

A：<u>Của các anh tổng cộng là 35.000 đồng.</u>　全部要三萬五千越南盾。

B：<u>Gửi bạn.</u>　給你。

第一課 Bài một

第二課 Bài hai

第三課 Bài ba

第四課 Bài bốn

第五課 Bài năm

第六課 Bài sáu

第七課 Bài bảy

第八課 Bài tám

第九課 Bài chín

第十課 Bài mười

第十一課 Bài mười một

第十二課 Bài mười hai

附錄 Phụ lục

Bài sáu 第六課（僅供參考）P84

（一）練習用以下的資訊訂飯店。

❶

A：Chào chị, tôi muốn đặt phòng. 妳好，我要訂房間。

B：Anh muốn đặt loại phòng nào? 你想訂哪種房型？

A：Tôi muốn đặt **Phòng đơn**, Bao nhiêu tiền một đêm?
　我想訂單人房，一個晚上多少錢？

B：**25 đôla** một đêm. 二十五美金一晚。

A：Tôi muốn đặt **3 đêm**. 我要訂三晚。

❷

A：Chào anh, tôi muốn đặt phòng. 你好，我要訂房間。

B：Chị muốn đặt loại phòng nào? 妳想訂哪種房型？

A：Tôi muốn đặt **Phòng đôi**, Bao nhiêu tiền một đêm?
　我想訂雙人房，一個晚上多少錢？

B：**40 đôla** một đêm. 四十美金一晚。

A：Tôi muốn đặt **4 đêm**. 我要訂四晚。

❸

A：Chào bạn, tôi muốn đặt phòng. 妳好，我要訂房間。

B：Chị muốn đặt loại phòng nào? 妳想訂哪種房型？

A：Tôi muốn đặt **Phòng Deluxe**, Bao nhiêu tiền một đêm?
　我想訂高級房，一個晚上多少錢？

B：**180 đôla** một đêm. 一百八十美金一晚。

A：Tôi muốn đặt **2 đêm**. 我要訂兩晚。

❹

A：Chào chị, tôi muốn đặt phòng. 妳好，我要訂房間。

B：Anh muốn đặt loại phòng nào? 你想訂哪種房型？

A：Tôi muốn đặt **Phòng đơn**, Bao nhiêu tiền một đêm?
　我想訂單人房，一個晚上多少錢？

B：**20 đôla** một đêm.　二十美金一晚。

A：Tôi muốn đặt **1 đêm**.　我要訂一晚。

❺

A：Chào anh, tôi muốn đặt phòng.　你好，我要訂房間。

B：Anh muốn đặt loại phòng nào?　你想訂哪種房型？

A：Tôi muốn đặt **Phòng giường đôi**, Bao nhiêu tiền một đêm?
　　我要訂雙人床房，一晚多少錢？

B：**30 đôla** một đêm.　三十美金一晚。

A：Tôi muốn đặt **4 đêm**.　我要訂四晚。

❻

A：Chào chị, tôi muốn đặt phòng.　妳好，我要訂房間。

B：Anh muốn đặt loại phòng nào?　你想訂哪種房型？

A：Tôi muốn đặt **Phòng tiêu chuẩn**, Bao nhiêu tiền một đêm?
　　我想訂標準房，多少錢一晚？

B：**20 đôla** một đêm.　二十美金一晚。

A：Tôi muốn đặt **5 đêm**.　我要訂五晚。

❼

A：Chào anh, tôi muốn đặt phòng.　你好，我要訂房間。

B：Anh muốn đặt loại phòng nào?　你想訂哪種房型？

A：Tôi muốn đặt **Phòng hướng nhìn ra phố**, Bao nhiêu tiền một đêm?
　　我要訂面向街道的房間，多少錢一晚？

B：**18 đôla** một đêm.　十八美金一晚。

A：Tôi muốn đặt **6 đêm**.　我要訂六晚。

❽

A：Chào chị, tôi muốn đặt phòng.　妳好，我要訂房間。

B：Anh muốn đặt loại phòng nào?　你想訂哪種房型？

A：Tôi muốn đặt **Phòng hướng nhìn ra biển**, Bao nhiêu tiền một đêm?
　　我想訂面向海的房間，一晚多少錢？

B：*36 đôla* một đêm. 三十六美金一晚。

A：Tôi muốn đặt *2 đêm*. 我要訂兩晚。

❾

A：Chào anh, tôi muốn đặt phòng. 你好，我要訂房間。

B：Anh muốn đặt loại phòng nào? 你想訂哪種房型？

A：Tôi muốn đặt *Phòng hướng nhìn ra núi*, Bao nhiêu tiền một đêm?
　　我想訂面向山的房間，多少錢一晚？

B：*32 đôla* một đêm. 三十二美金一晚。

A：Tôi muốn đặt *3 đêm*. 我要訂三晚。

❿

A：Chào chị, tôi muốn đặt phòng. 妳好，我要訂房間。

B：Anh muốn đặt loại phòng nào? 你想訂哪種房型？

A：Tôi muốn đặt *Phòng hướng nhìn ra vườn hoa*, Bao nhiêu tiền một đêm?
　　我想訂面向花園的房間，多少錢一晚？

B：*32 đôla* một đêm. 三十二美金一晚。

A：Tôi muốn đặt *3 đêm*. 我要訂三晚。

（二）填寫以下的表格

Khách sạn Hà Nội 河內大飯店

- Họ tên（姓名）：Ngô Thừa Hạo 吳承浩

- Quốc tịch（國籍）：Đài Loan R.O. 臺灣中華民國

- Giới tính（性別男／女）：Nam 男

- Số phòng（房號）：980

- Giá tiền（價錢）：45 đô la Mỹ 四十五美金

- Thời gian ở từ ... đến（入住時間從……到……）：

  11.01. 2020 đến ngày 16.01.2020　二〇二〇年一月十一日到二〇二〇年一月十六日

- Đã thanh toán ngày（已付日期）：VND（越南盾）/ US$（美金）：

  11.01.2020：225 đô la Mỹ　二〇二〇年一月十一日兩百二十五美金

Bài bảy 第七課（僅供參考）P99

（一）請按照以下的對話，用下面的詞彙來輪流詢問與回答：

❶

A：Xin hỏi, ở đây có <u>nón lá thêu</u> không?　請問，這裡有刺繡斗笠嗎？

B：Dạ có.　是，有的。

A：Bao nhiêu tiền 1 chiếc <u>nón lá thêu?</u>　刺繡斗笠一頂多少錢？

B：Vâng, giá của sản phẩm này là <u>50.000 đồng.</u>　是的，這個產品的價格是五萬越南盾。

A：Tôi muốn xem thêm <u>tranh Đông Hồ.</u>　我還想看東湖畫。

B：Vâng, đây ạ.　是的，這裡。

A：Tổng cộng bao nhiêu tiền?　總共多少錢？

B：Tất cả là <u>110.000 đồng.</u>　全部是十一萬越南盾。

❷

A：Xin hỏi, ở đây có <u>áo dài truyền thống</u> không?　請問，這裡有傳統奧黛嗎？

B：Dạ có.　是，有的。

A：Bao nhiêu tiền 1 chiếc <u>áo dài truyền thống?</u>　傳統奧黛一套多少錢？

B：Vâng, giá của sản phẩm này là <u>1.000.000 đồng.</u>
　　是的，這個產品的價格是一百萬越南盾。

A：Tôi muốn xem thêm <u>áo dài cách tân.</u>　我還想看改良的奧黛。

B：Vâng, đây ạ.　是的，這裡。

A：Tổng cộng bao nhiêu tiền?　總共多少錢？

B：Tất cả là <u>1.450.000 đồng.</u>　全部是一百四十五萬越南盾。

3

A：Xin hỏi, ở đây có <u>tranh sơn mài</u> không? 請問，這裡有漆畫嗎？

B：Dạ có. 是，有的。

A：Bao nhiêu tiền 1 chiếc <u>tranh sơn mài?</u> 漆畫一幅多少錢？

B：Vâng, giá của sản phẩm này là <u>3.000.000 đồng.</u>
是的，這個產品的價格是三百萬越南盾。

A：Tôi muốn xem thêm <u>tranh đám cưới chuột.</u> 我還想看老鼠的婚禮畫。

B：Vâng, đây ạ. 是的，這裡。

A：Tổng cộng bao nhiêu tiền? 總共多少錢？

B：Tất cả là <u>3.060.000 đồng.</u> 全部是三百零六萬越南盾。

4

A：Xin hỏi, ở đây có <u>nước hoa Ms Sài gòn</u> không? 請問，這裡有西貢小姐香水嗎？

B：Dạ có. 是，有的。

A：Bao nhiêu tiền 1 lọ <u>nước hoa Ms Sài gòn?</u> 西貢小姐香水一瓶多少錢？

B：Vâng, giá của sản phẩm này là <u>400.000 đồng.</u> 是的，這個產品的價格是四十萬越南盾。

A：Tôi muốn xem thêm <u>gốm bát Tràng.</u> 我還想看鉢場陶瓷。

B：Vâng, đây ạ. 是的，這裡。

A：Tổng cộng bao nhiêu tiền? 總共多少錢？

B：Tất cả là <u>2.400.000 đồng.</u> 全部是兩百四十萬越南盾。

5

A：Xin hỏi, ở đây có <u>tranh thêu XQ</u> không? 請問，這裡有 XQ 刺繡畫嗎？

B：Dạ có. 是，有的。

A：Bao nhiêu tiền 1 cái <u>tranh thêu XQ?</u> XQ 刺繡畫一幅多少錢？

B：Vâng, giá của sản phẩm này là <u>10.000.000 đồng.</u>
是的，這個產品的價格是一千萬越南盾。

A：Tôi muốn xem thêm <u>áo thun in cờ Việt Nam.</u> 我還想看印越南國旗的 T 恤。

B：Vâng, đây ạ. 是的，這裡。

A：Tổng cộng bao nhiêu tiền? 總共多少錢？

B：Tất cả là <u>10.080.000 đồng.</u> 全部是一千零八萬越南盾。

第一課 Bài một
第二課 Bài hai
第三課 Bài ba
第四課 Bài bốn
第五課 Bài năm
第六課 Bài sáu
第七課 Bài bảy
第八課 Bài tám
第九課 Bài chín
第十課 Bài mười
第十一課 Bài mười một
第十二課 Bài mười hai
附錄 Phụ lục

❻

A：Xin hỏi, ở đây có <u>cà phê Trung Nguyên</u> không? 請問，這裡有中原咖啡嗎？

B：Dạ có. 是，有的。

A：Bao nhiêu tiền 1 túi <u>cà phê Trung Nguyên?</u> 中原咖啡一包多少錢？

B：Vâng, giá của sản phẩm này là <u>100.000 đồng.</u> 是的，這個產品的價格是十萬越南盾。

A：Tôi muốn xem thêm <u>bánh đậu xanh Rồng Vàng.</u> 我還想看金龍綠豆糕。

B：Vâng, đây ạ. 是的，這裡。

A：Tổng cộng bao nhiêu tiền? 總共多少錢？

B：Tất cả là <u>140.000 đồng.</u> 全部是十四萬越南盾。

❼

A：Xin hỏi, ở đây có <u>Bánh đậu xanh</u> không? 請問，這裡有綠豆糕嗎？

B：Dạ có. 是，有的。

A：Bao nhiêu tiền 1 hộp? 一盒多少錢？

B：Vâng, giá của sản phẩm này là <u>40.000 đồng.</u> 是的，這個產品的價格是四萬越南盾。

A：Tôi muốn xem thêm <u>hạt điều.</u> 我還想看腰果。

B：Vâng, đây ạ. 是的，這裡。

A：Tổng cộng bao nhiêu tiền? 總共多少錢？

B：Tất cả là <u>160.000 đồng.</u> 全部是十六萬越南盾。

Bài tám 第八課（僅供參考）P114

（一）用以下的詞彙來練習提問與回答。

❶

A：Bạn bị làm sao? 你怎麼了？

B：Tôi <u>bị đau đầu.</u> 我頭痛。

A：Nhớ <u>nghỉ ngơi</u> nhé! 記得要休息喔！

B：Cảm ơn bạn. 謝謝你。

❷

A：Bạn bị làm sao? 你怎麼了？

B：Tôi <u>bị đau bụng.</u> 我肚子痛。

A：Nhớ <u>đi khám bác sĩ</u> nhé! 記得要去看醫生喔！

B：Cảm ơn bạn. 謝謝你。

❸

A：Bạn bị làm sao? 你怎麼了？

B：Tôi <u>bị đau họng.</u> 我喉嚨痛。

A：Nhớ <u>uống nhiều nước</u> nhé! 記得要多喝水喔！

B：Cảm ơn bạn. 謝謝你。

❹

A：Bạn bị làm sao? 你怎麼了？

B：Tôi <u>bị đau lưng.</u> 我背痛。

A：Nhớ <u>nghỉ ngơi</u> nhé! 記得要休息喔！

B：Cảm ơn bạn. 謝謝你。

❺

A：Bạn bị làm sao? 你怎麼了？

B：Tôi <u>bị nôn.</u> 我嘔吐。

A：Nhớ <u>đi khám bác sĩ</u> nhé! 記得要去看醫生喔！

B：Cảm ơn bạn. 謝謝你。

❻

A：Bạn bị làm sao? 你怎麼了？

B：Tôi <u>bị chóng mặt.</u> 我頭暈。

A：Nhớ <u>nghỉ ngơi</u> nhé! 記得要休息喔！

B：Cảm ơn bạn. 謝謝你。

❼

A：Bạn bị làm sao? 你怎麼了？

B：Tôi <u>bị sốt.</u> 我發燒。

Bài một 第一課
Bài hai 第二課
Bài ba 第三課
Bài bốn 第四課
Bài năm 第五課
Bài sáu 第六課
Bài bảy 第七課
Bài tám 第八課
Bài chín 第九課
Bài mười 第十課
Bài mười một 第十一課
Bài mười hai 第十二課
Phụ lục 附錄

A：Nhớ <u>nghỉ ngơi</u> nhé!　記得要休息喔！

B：Cảm ơn bạn.　謝謝你。

❽

A：Bạn bị làm sao?　你怎麼了？

B：Tôi <u>bị đi ngoài.</u>　我腹瀉。

A：Nhớ <u>đi khám bác sĩ</u> nhé!　記得要去看醫生喔！

B：Cảm ơn bạn.　謝謝你。

❾

A：Bạn bị làm sao?　你怎麼了？

B：Tôi <u>bị táo bón.</u>　我便祕。

A：Nhớ <u>uống nước nhiều</u> nhé!　記得要喝很多水喔！

B：Cảm ơn bạn.　謝謝你。

❿

A：Bạn bị làm sao?　你怎麼了？

B：Tôi <u>bị cảm.</u>　我感冒。

A：Nhớ <u>bổ sung vitamin C</u> nhé!　記得要補充維他命 C 喔！

B：Cảm ơn bạn.　謝謝你。

（二）用以下的詞彙來練習提問與回答。

❶ Chào anh, tôi bị <u>cảm.</u> Tôi muốn mua <u>thuốc cảm.</u>
你好，我感冒。我想要買感冒藥。

❷ Chào chị, tôi bị <u>ho.</u> Tôi muốn mua <u>thuốc ho.</u>
妳好，我咳嗽。我想要買咳嗽藥。

❸ Chào anh, tôi bị <u>đi ngoài.</u> Tôi muốn mua <u>thuốc đi ngoài / thuốc chống tiêu chảy.</u>
妳好，我拉肚子。我想要買止瀉藥。

❹ Chào chị, tôi bị <u>đau.</u> Tôi muốn mua <u>thuốc giảm đau.</u>
妳好，我頭痛。我想要買止痛藥。

❺ Chào anh, tôi bị <u>sốt.</u> Tôi muốn mua <u>thuốc giảm sốt.</u>

你好，我發燒。我想要買退燒藥。

❻ Chào chị, tôi bị <u>đau mắt.</u> Tôi muốn mua <u>thuốc đau mắt.</u>

妳好，我眼睛不舒服。我想要買眼藥水。

❼ Chào chị, tôi muốn mua <u>băng vệ sinh.</u>

妳好，我想要買衛生棉。

❽ Chào anh, tôi muốn mua <u>bao cao su.</u>

你好，我想要買保險套。

Bài chín 第九課（僅供參考）P129

（一）請輪流提問與回答：描述今天天氣如何？

❶

A：Hôm nay thời tiết thế nào?

今天天氣如何？

B：Hôm nay trời <u>có mưa rào.</u> Nhiệt độ từ <u>20</u> đến <u>25</u> độ C.

今天有雷陣雨，溫度從二十度到二十五度 C。

❷

A：Hôm nay thời tiết thế nào?

今天天氣如何？

B：Hôm nay trời <u>có mưa phùn.</u> Nhiệt độ từ <u>12</u> đến <u>15</u> độ C.

今天有毛毛雨，溫度從十二度到十五度 C。

❸

A：Hôm nay thời tiết thế nào?

今天天氣如何？

B：Hôm nay trời <u>nắng.</u> Nhiệt độ từ <u>25</u> đến <u>30</u> độ C.

今天晴朗有陽光，溫度從二十五度到三十度 C。

第一課 Bài một
第二課 Bài hai
第三課 Bài ba
第四課 Bài bốn
第五課 Bài năm
第六課 Bài sáu
第七課 Bài bảy
第八課 Bài tám
第九課 Bài chín
第十課 Bài mười
第十一課 Bài mười một
第十二課 Bài mười hai
附錄 Phụ lục

❹

A：Hôm nay thời tiết thế nào?

　今天天氣如何？

B：Hôm nay trời <u>mát.</u> Nhiệt độ từ <u>17</u> đến <u>20</u> độ C.

　今天天氣涼，溫度從十七度到二十度 C。

❺

A：Hôm nay thời tiết thế nào?

　今天天氣如何？

B：Hôm nay trời <u>lạnh.</u> Nhiệt độ từ <u>7</u> đến <u>10</u> độ C.

　今天天氣冷，溫度從七度到十度 C。

❻

A：Hôm nay thời tiết thế nào?

　今天天氣如何？

B：Hôm nay trời <u>rét.</u> Nhiệt độ từ <u>5</u> đến <u>8</u> độ C.

　今天天氣寒冷，溫度從五度到八度 C。

❼

A：Hôm nay thời tiết thế nào?

　今天天氣如何？

B：Hôm nay trời <u>gió mùa đông bắc.</u> Nhiệt độ từ <u>9</u> đến <u>12</u> độ C.

　今天有東北季風，溫度從九度到十二度 C。

❽

A：Hôm nay thời tiết thế nào?

　今天天氣如何？

B：Hôm nay trời <u>gió nhẹ.</u> Nhiệt độ từ <u>15</u> đến <u>20</u> độ C.

　今天有微風，溫度從十五度到二十度 C。

（二）用以下的詞彙來描述在越南哪一季節是最……？

❶ nóng nhất / mùa hè　最熱 / 夏天

A：Ở Việt Nam mùa nào nóng nhất?　在越南哪一個季節最熱？

B：Mùa hè nóng nhất, từ 30°C đến 40°C.　夏天最熱，從攝氏三十度到攝氏四十度。

❷ mưa rào nhiều nhất / mùa hè　雷陣雨最多 / 夏天

A：Ở Việt Nam mùa nào mưa rào nhiều nhất?　在越南哪一個季節下最多雨？

B：Mùa hè mưa rào nhiều nhất.　夏天下最多雷陣雨。

❸ mát nhất / mùa thu　最涼 / 秋天

A：Ở Việt Nam mùa nào mát nhất?　在越南哪一個季節最涼？

B：Mùa thu mát nhất.　秋天最涼。

❹ lạnh nhất / mùa đông　最冷 / 冬天

A：Ở Việt nam mùa nào lạnh nhất?　在越南哪一個季節最冷？

B：Mùa đông lạnh nhất.　冬天最冷。

（三）用以下的頻率副詞描述自己國家的天氣。

❶ luôn luôn

Hà Nội **luôn luôn** có mưa rào vào mùa hè.　河內夏天總是有雷陣雨。

❷ thường thường

Đài Bắc **thường thường** có mưa phùn vào mùa xuân.　臺北春天經常有下毛毛雨。

❸ hay

Đài Loan **hay** có bão vào mùa thu.　臺灣秋天時常會有颱風。

❹ thỉnh thoảng

Núi Dương Minh ở Đài Bắc **thỉnh thoảng** có tuyết rơi trên núi cao vào mùa đông.
冬天臺北陽明山山上偶爾會下雪。

❺ ít khi

Mùa hè Đài Bắc **ít khi** có nhiệt độ dưới 10 độ C.　臺北夏天 10 度以下的溫度少見。

Bài một 第一課
Bài hai 第二課
Bài ba 第三課
Bài bốn 第四課
Bài năm 第五課
Bài sáu 第六課
Bài bảy 第七課
Bài tám 第八課
Bài chín 第九課
Bài mười 第十課
Bài mười một 第十一課
Bài mười hai 第十二課
Phụ lục 附錄

❻ hiếm khi

Sài Gòn *hiếm khi* thấy trời lạnh. 西貢罕見冷天氣。

❼ chưa bao giờ

Sài Gòn *chưa bao giờ* có tuyết rơi. 西貢從來沒有下雪。

❽ không bao giờ

Mùa hè ở Đài Loan *không bao giờ* có tuyết rơi. 臺北夏天絕不會有下雪。

Bài mười 第十課（僅供參考）P140

（一）兩人練習：提問與回答。

❶

A：Bạn thích môn thể thao nào nhất? 你最喜歡哪一門運動？

B：Tôi thích quần vợt nhất, rồi đến bóng chuyền. 我最喜歡網球，再來是排球。

　Còn bạn? 你呢？

A：Tôi thích bóng đá nhất, nhưng không thích leo núi nhân tạo.
　我最喜歡足球，但不喜歡攀岩。

❷

A：Bạn thích môn thể thao nào nhất? 你最喜歡哪一門運動？

B：Tôi thích bóng bàn nhất, rồi đến golf. 我最喜歡桌球，再來是高爾夫球。

　Còn bạn? 你呢？

A：Tôi thích bóng rổ nhất, nhưng không thích múa ba lê.
　我最喜歡籃球，但不喜歡跳芭蕾舞。

❸

A：Bạn thích môn thể thao nào nhất? 你最喜歡哪一門運動？

B：Tôi thích tập yoga nhất, rồi đến tập gym. 我最喜歡做瑜珈，再來是上健身房。

　Còn bạn? 你呢？

A：Tôi thích chạy bộ nhất, nhưng không thích bơi lội.
　我最喜歡跑步，但不喜歡游泳。

❹

A：Bạn thích môn thể thao nào nhất? 你最喜歡哪一門運動？

B：Tôi thích <u>bóng bầu dục</u> nhất, rồi đến <u>bóng chày.</u> 我最喜歡橄欖球，再來是棒球。
Còn bạn? 你呢？

A：Tôi thích <u>chạy maraton</u> nhất, nhưng không thích <u>đua thuyền.</u>
我最喜歡跑馬拉松，但不喜歡划船比賽。

❺

A：Bạn thích môn thể thao nào nhất? 你最喜歡哪一門運動？

B：Tôi thích <u>bóng ném</u> nhất, rồi đến <u>cầu lông.</u> 我最喜歡手球，再來是曲棍球。
Còn bạn? 你呢？

A：Tôi thích <u>nhảy dù</u> nhất, nhưng không thích <u>bóng nước.</u>
我最喜歡跳傘，但不喜歡水球。

❻

A：Bạn thích môn thể thao nào nhất? 你最喜歡哪一門運動？

B：Tôi thích <u>lướt ván</u> nhất, rồi đến <u>khúc côn cầu.</u> 我最喜歡衝浪，再來是曲棍球。
Còn bạn? 你呢？

A：Tôi thích <u>trượt tuyết</u> nhất, nhưng không thích <u>quyền anh.</u>
我最喜歡滑雪，但不喜歡拳擊。

❼

A：Bạn thích môn thể thao nào nhất? 你最喜歡哪一門運動？

B：Tôi thích <u>cầu mây</u> nhất, rồi đến <u>đẩy tạ.</u> 我最喜歡藤球，再來是鉛球。
Còn bạn? 你呢？

A：Tôi thích <u>cưỡi ngựa</u> nhất, nhưng không thích <u>võ Việt Nam.</u>
我最喜歡騎馬，但不喜歡越南武術。

Bài một 第一課 | Bài hai 第二課 | Bài ba 第三課 | Bài bốn 第四課 | Bài năm 第五課 | Bài sáu 第六課 | Bài bảy 第七課 | Bài tám 第八課 | Bài chín 第九課 | Bài mười 第十課 | Bài mười một 第十一課 | Bài mười hai 第十二課 | Phụ lục 附錄

8

A：Bạn thích môn thể thao nào nhất? 你最喜歡哪一門運動？

B：Tôi thích <u>Taekwondo</u> nhất, rồi đến <u>thái cực quyền.</u> 我最喜歡跆拳道，再來是太極拳。

　　Còn bạn? 你呢？

A：Tôi thích <u>trượt pa tanh</u> nhất, nhưng không thích <u>leo núi.</u>

　　我最喜歡溜直排輪，但不喜歡爬山。

9

A：Bạn thích môn thể thao nào nhất? 你最喜歡哪一門運動？

B：Tôi thích <u>lặn biển</u> nhất, rồi đến <u>bowling.</u> 我最喜歡潛水，再來是保齡球。

　　Còn bạn? 你呢？

A：Tôi thích <u>bida</u> nhất, nhưng không thích <u>đá cầu.</u>

　　我最喜歡撞球，但不喜歡毽子。

（二）請回答以下的問題。

❶ Môn thể thao nào <u>phổ biến</u> nhất ở Việt Nam?（普遍） 在越南哪一種運動最普遍？

<u>Bóng đá.</u> 足球。

❷ Môn thể thao nào phổ biến nhất ở nước bạn? 在你們國家哪一種運動最普遍？

<u>Bóng chày, bóng rổ.</u> 棒球、籃球。

❸ Môn thể thao nào <u>được ưa thích nhất</u> ở nước bạn?（最受到喜愛）

在你們國家哪一種運動最受到喜愛？

<u>Bóng rổ / Bóng đá / Bóng chày / Chạy bộ / Yoga ....</u>

籃球 / 足球 / 棒球 / 跑步、慢跑 / 做瑜珈……。

❹ Môn thể thao nào được ưa thích nhất ở Việt Nam? 在越南哪一種運動最受到喜愛？

<u>Bóng đá.</u> 足球。

❺ Bạn thích môn thể thao nào? 你最愛哪一種運動？

<u>Bóng chày / Bóng rổ / Bóng đá / Bóng bàn / Bơi lội / Quần vợt / Yoga ....</u>

棒球 / 籃球 / 足球 / 桌球 / 游泳 / 網球 / 做瑜珈……。

❻ Môn thể thao nào bạn giỏi nhất? 哪一種運動你最厲害？

Bóng chày / Bóng rổ / Bóng đá / Bóng bàn / Bơi lội / Quần vợt / Yoga ....

棒球 / 籃球 / 足球 / 桌球 / 游泳 / 網球 / 做瑜珈……。

（三）問三位同學有關以下運動項目的訊息。

Số thứ tự 順序號碼	Môn thể thao 運動 / 體育項目	Thời gian thi đấu 比賽時間	Số người tham gia 參與人數
1	bóng đá 足球	45 phút / 1 hiệp (tổng cộng 90 phút) 四十五分鐘 / 一回合 （總共九十分鐘）	11 người, 11 cầu thủ / 1 đội 十一個人 / 一隊

Bài mười một 第十一課（僅供參考）P152

（一）請按照下面對話的內容，將以下 A 和 B 訊息連結起來。

❶

Q：Bạn muốn đi du lịch ở đâu? 你想去哪裡旅遊？

A：Mình muốn đi du lịch ở Hà Nội vì được đi dạo phố cổ và ăn bún chả.

我想去河內旅遊，因為能夠去古街散步和吃烤肉米線。

❷

Q：Bạn muốn đi du lịch ở đâu? 你想去哪裡旅遊？

A：Mình muốn đi du lịch ở Sài Gòn vì được thăm địa đạo Củ Chi và thăm dinh Thống Nhất.

我想去西貢旅遊，因為能夠造訪古芝地道和統一宮。

❸

Q：Bạn muốn đi du lịch ở đâu? 你想去哪裡旅遊？

A：Mình muốn đi du lịch ở Sapa vì được thăm nhà thờ đá và ruộng bậc thang.

我想去沙巴旅遊，因為能夠造訪石頭教堂和梯田。

❹

Q：Bạn muốn đi du lịch ở đâu？ 你想去哪裡旅遊？

A：Mình muốn đi du lịch ở <u>Nha Trang</u> vì được <u>tắm biển và ra đảo chơi</u>.

我想去芽莊旅遊，因為能夠戲水和去島上玩。

❺

Q：Bạn muốn đi du lịch ở đâu？ 你想去哪裡旅遊？

A：Mình muốn đi du lịch ở <u>Đà Nẵng</u> vì được <u>thăm Cầu Vàng và Hội An</u>.

我想去峴港旅遊，因為能夠造訪黃金橋和會安。

❻

Q：Bạn muốn đi du lịch ở đâu？ 你想去哪裡旅遊？

A：Mình muốn đi du lịch ở <u>Quảng Bình</u> vì được <u>thăm động Phong Nha và động Thiên Đường</u>. 我想去廣平旅遊，因為能夠造訪風牙洞和天堂洞。

❼

Q：Bạn muốn đi du lịch ở đâu？ 你想去哪裡旅遊？

A：Mình muốn đi du lịch ở <u>Vịnh Hạ Long</u> vì được <u>thăm động Thiên Cung và bãi Titop</u>.

我想去下龍灣旅遊，因為能夠造訪天宮洞和英雄灘。

❽

Q：Bạn muốn đi du lịch ở đâu？ 你想去哪裡旅遊？

A：Mình muốn đi du lịch ở <u>Huế</u> vì được <u>thăm lăng tẩm và ăn món cơm hến</u>.

我想去順化旅遊，因為能夠造訪皇陵和吃蜆飯。

❾

Q：Bạn muốn đi du lịch ở đâu？ 你想去哪裡旅遊？

A：Mình muốn đi du lịch ở <u>đảo Phú Quốc</u> vì được <u>tắm biển và ngắm mặt trời mọc</u>.

我想去富國島旅遊，因為能夠戲水和賞日出。

❿

Q：Bạn muốn đi du lịch ở đâu？ 你想去哪裡旅遊？

A：Mình muốn đi du lịch ở <u>Mũi Né</u> vì được <u>ngắm các triền cát</u>.

我想去美奈旅遊，因為能夠欣賞沙漠。

⓫

Q：Bạn muốn đi du lịch ở đâu?　你想去哪裡旅遊？

A：Mình muốn đi du lịch ở <u>Cần Thơ</u> vì được <u>thăm chợ nổi</u>.

　　我想去芹苴旅遊，因為能夠造訪水上市場。

⓬

Q：Bạn muốn đi du lịch ở đâu?　你想去哪裡旅遊？

A：Mình muốn đi du lịch ở <u>Bắc Ninh</u> vì được <u>xem hát quan họ</u>.

　　我想去北寧旅遊，因為能夠看官賀歌。

Bài mười hai 第十二課（僅供參考）P166

（一）請寫一段自我介紹。

❶

<u>Nữ</u>　女生

<u>Độc thân</u>　單身

<u>25 tuổi. Sao Ma Kết</u>　二十五歲。摩羯座

<u>Ngoại hình: dễ thương</u>　外表：可愛

<u>Thích: chụp ảnh, hội họa, cầu lông, khiêu vũ, nấu ăn, thú cưng</u>

喜歡：攝影、繪畫、羽毛球、跳舞、烹飪、寵物

❷

<u>Nam</u>　男生

<u>Độc thân</u>　單身

<u>23 tuổi. Sao Nhân Mã</u>　二十三歲。射手座

<u>Ngoại hình: đẹp trai</u>　外表：帥氣

<u>Thích: Du lịch, chụp ảnh, ten nít, bóng đá, bóng rổ</u>

喜歡：旅遊、攝影、網球、足球、籃球

（二）請寫一段對於尋找對象（朋友）的要求。

Tìm người: hài hước, cùng sở thích, quan tâm, thấu hiểu

找對象：幽默、興趣相同、互相關心、相互了解

Tìm người: cao, xinh đẹp, chung thủy, thích thể thao

找對象：高、漂亮、對愛情忠誠、喜歡運動

Phụ lục 4 附錄 4

各課單字索引

Bài một 第一課 P17

❶ đến 到、抵達

❷ bao giờ / khi nào 何時 / 什麼時候

❸ thế 語助詞

❹ mới 剛才、剛剛

❺ thứ bảy 星期六

❻ tuần trước 上週

❼ định 打算

❽ bao lâu 多久

❾ khoảng 大約

❿ Hà Nội 河內

⓫ thành phố Hồ Chí Minh 胡志明市（舊名：西貢（Sài Gòn））

⓬ ngày / tháng / năm 日 / 月 / 年（越南人寫日月年的順序）

⓭ bao nhiêu 多少、幾

⓮ rời ... đi... 離開……去……

⓯ vậy / còn 那麼

⓰ đã - đang - sẽ 已經 - 正在 - 將會

Bài hai 第二課 P29

❶ làm ơn 施恩、勞駕

❷ hỏi / xin hỏi 問 / 請問

❸ đường 路

❹ tới / đến 到 / 到達

❺ hồ Hoàn Kiếm 還劍湖（越南河內市中心的主要湖泊之一）

❻ đi thế nào 怎麼走

❼ đi thẳng 直走

❽ theo 順著、沿著

❾ phố 街

❿ ngã tư 十字路口

⓫ rẽ trái 左轉

⓬ nhìn thấy 看到

⓭ ngay 馬上、立刻

⓮ xa 遠

Bài ba 第三課 P42

❶ bao nhiêu tiền 多少錢

❷ mặc cả 討價還價

❸ cân / ký / ki lô gam (kg) 公斤

❹ tính rẻ 算便宜

❺ bán mở hàng 慶祝當天生意開張，給予第一個客人折扣

❻ hàng hoa quả （北越用語）/ tiệm trái cây （南越用語） 水果店

❼ hàng quần áo 衣服店

❽ áo dài 奧黛（越南傳統服裝、越南國服）

❾ cỡ (size) 尺寸

❿ thử mặc 試穿

⓫ bán - mua 賣 - 買

⓬ xanh da trời 藍色

⓭ bán đúng giá 賣合適的價格

Bài bốn 第四課 P56

❶ thực đơn 菜單

❷ phở bò tái - phở bò chín 生牛肉河粉 - 熟牛肉河粉

❸ nghe nói 聽説

❹ nhà hàng / tiệm ăn, quán ăn 餐廳 / 飯館

❺ nem rán (chả giò chiên) 炸春捲

❻ nem cuốn (gỏi cuốn) 生春捲

❼ chả cá (chả cá Lã Vọng) 烤魚（羅望烤魚；河內傳統美食）

❽ suất / phần 份

❾ bia Hà Nội / bia Sài Gòn 河內啤酒 / 西貢啤酒

❿ lần sau 下一次（lần trước - lần này 上次 - 這次）

⓫ gọi / gọi đồ ăn 點菜

⓬ canh chua cá 酸魚湯

⓭ ngon 好吃

⓮ đợi 等

⓯ một lát 一會兒

⓰ đĩa 盤子

Bài năm 第五課 P70

❶ cho 給

❷ cà phê đen đá 冰黑咖啡

❸ sinh tố 果汁、果昔

❹ xoài 芒果

❺ nước cam 柳丁汁、柳橙汁

❻ nóng / lạnh / đá 熱 / 冷 / 冰

❼ đường 糖

❽ dùng 用

❾ trà sữa trân châu 珍珠奶茶

❿ ly / cốc 杯子

⓫ bánh sôcôla chuối 香蕉巧克力蛋糕

⓬ gọi 叫、點

⓭ tất cả 全部

⓮ tính tiền 結帳、算錢

Bài sáu 第六課 P81

❶ đặt phòng 訂房

❷ lễ tân 接待人員

❸ loại phòng 房型

❹ phòng đơn 單人房

❺ phòng đôi 雙人房

❻ đêm 晚

❼ hộ chiếu 護照

❽ hay / hoặc 還是 / 或

❾ chứng minh thư 身分證

❿ chìa khóa phòng 房間鑰匙

⓫ cầu thang máy / cầu thang bộ / cầu thang cuốn 電梯 / 樓梯 / 手扶梯

⓬ bữa sáng 早餐

⓭ gần đây 最近、附近

⓮ phục vụ 服務

⓯ quán phở / tiệm phở 河粉店

⓰ tiện 方便

　　có tiện không? 有方便嗎？

Bài bảy 第七課 P96

❶ vào 進來

❷ nghe nói 聽説

❸ tranh sơn mài 漆畫

❹ nổi tiếng 有名

❺ bức 幅

6 cô gái　女生

7 đội　戴

8 nón lá　斗笠

9 hơi　稍微、有點

10 đắt　貴

11 tranh thêu　刺繡畫

12 chất liệu　材料、質料

13 áo thun　T 恤

14 in　印

15 cờ　國旗

16 tất cả　全部

17 triệu　百萬

18 bộ đồ ăn　餐具

19 gốm Bát Tràng　缽場陶瓷

20 tính rẻ　算便宜

21 bớt　減少、折扣

Bài tám 第八課　P111

1 hình như / có lẽ　好像

2 bị làm sao　怎麼了

3 thấy　覺得

4 bị đau đầu　頭痛

5 chân, tay　腳、手

6 mỏi　痠痛

7 càng ngày càng　越來越

8 (bị) ho　咳嗽

9 thỉnh thoảng　偶爾

10 (bị) hắt hơi　打噴嚏

Bài một 第一課
Bài hai 第二課
Bài ba 第三課
Bài bốn 第四課
Bài năm 第五課
Bài sáu 第六課
Bài bảy 第七課
Bài tám 第八課
Bài chín 第九課
Bài mười 第十課
Bài mười một 第十一課
Bài mười hai 第十二課
Phụ lục 附錄

⓫ (bị) sổ mũi 流鼻涕

⓬ đo nhiệt độ 量溫度

⓭ độ C 攝氏……度

⓮ (bị) sốt 發燒

⓯ há miệng ra 嘴巴張開

⓰ họng 喉嚨

⓱ (bị) cảm 感冒

⓲ nhớ 記得

⓳ mỗi ngày 每天

⓴ sau khi ăn 飯後

㉑ bổ sung 補充

㉒ nghỉ ngơi 休息

㉓ đơn thuốc 藥單

Bài chín 第九課 P125

❶ trời đẹp 天氣好

❷ sắp 即將、快

❸ hết 結束

❹ mùa xuân 春天

❺ chuyển sang 轉換到

❻ mùa hè 夏天

❼ đẹp nhất 最美

❽ mùa thu 秋天

❾ nóng - lạnh / rét 熱 - 冷

❿ mùa đông 冬天

⓫ nghĩ 想、認為

⓬ ngày nắng 晴朗、晴天

⓭ mưa phùn - mưa rào 細雨、毛毛雨 - 雷陣雨

⑭ ẩm ướt - khô ráo 潮濕 - 乾燥

⑮ thời tiết 天氣

⑯ mùa 季節

⑰ miền Bắc - miền Nam 北部 - 南部

⑱ khí hậu 氣候

⑲ mùa khô 乾季

⑳ mùa mưa 雨季

㉑ quanh năm 整年、終年

㉒ vậy / vậy thì / thế / thế thì 那麼（放在句首）

㉓ trời 天、天氣

Bài mười 第十課 P137

❶ môn thể thao 體育項目

❷ bóng đá 足球

❸ đã từng 曾經

❹ đạt thành tích 獲得成績

❺ đội tuyển 代表隊

❻ U-23 23 歲以下

❼ giành giải nhì / á quân 奪得第二名 / 亞軍

　　giải nhất / quán quân 第一名 / 冠軍

❽ Giải bóng đá U-23 châu Á 亞足聯 U-23 錦標賽

❾ bóng chày 棒球

❿ bóng rổ 籃球

⓫ ưa thích 喜愛

⓬ bóng bàn 桌球

⓭ bơi / bơi lội 游泳

⓮ quần vợt 網球

⓯ múa ba lê 芭蕾舞

Bài một 第一課
Bài hai 第二課
Bài ba 第三課
Bài bốn 第四課
Bài năm 第五課
Bài sáu 第六課
Bài bảy 第七課
Bài tám 第八課
Bài chín 第九課
Bài mười 第十課
Bài mười một 第十一課
Bài mười hai 第十二課
Phụ lục 附錄

⑯ tập yoga 練瑜珈、做瑜珈

⑰ chạy bộ 跑步

Bài mười một 第十一課 P149

❶ du lịch 旅遊

❷ mới 新、才、剛

❸ chuyến này 這趟

❹ thế thì / vậy thì 那麼

❺ lên kế hoạch 訂計畫

❻ Hà Nội 河內

❼ Sa Pa 沙壩

❽ Vịnh Hạ Long 下龍灣

❾ Huế 順化

❿ Đà Nẵng 峴港

⓫ thành phố Hồ Chí Minh / Sài Gòn 胡志明市 / 西貢

⓬ Bà Nà 巴拿

⓭ cầu Vàng 黃金橋

⓮ Hội An 會安

⓯ tạo ra 創造

⓰ cơn sốt 熱潮

⓱ giới trẻ 年輕世代

⓳ một trong những ……之一

⓴ địa điểm 地點

㉑ được nhắc đến 被提起

㉒ Instagram 免費提供線上圖片及視訊分享的社交應用軟體

㉓ tuyệt quá 太棒了

㉔ bay thẳng 直飛

Bài mười hai 第十二課 P162

1. độc thân 單身
2. li hôn 離婚
3. kết hôn 結婚
4. ngoại hình 外表、外型
5. trung bình 普通
6. hội họa 畫畫、繪畫
7. bóng đá 足球
8. chụp ảnh 拍照、攝影
9. xinh đẹp 美麗
10. chung thủy 專情
11. dễ thương 可愛
12. âm nhạc 音樂
13. khiêu vũ 跳舞
14. nấu ăn 烹飪
15. hài hước 幽默
16. bóng rổ 籃球
17. ten-nít 網球
18. thú cưng 寵物
19. cùng sở thích 共同愛好
20. quan tâm 關心
21. thấu hiểu 理解

Bài một 第一課
Bài hai 第二課
Bài ba 第三課
Bài bốn 第四課
Bài năm 第五課
Bài sáu 第六課
Bài bảy 第七課
Bài tám 第八課
Bài chín 第九課
Bài mười 第十課
Bài mười một 第十一課
Bài mười hai 第十二課
Phụ lục 附錄

Tham khảo 參考書目

01. 《越來越有趣》（國小教材第六冊；阮蓮香、黎氏寶珠編撰；彰化縣政府發行；108 年 12 月）

02. Tiếng Việt cơ sở. Vũ Văn Thi. Nxb Đại học Quốc gia Hà Nội. 2014

03. Tiếng Việt cơ sở. Mai Ngọc Chừ Trịnh Cẩm Lan. Nxb Phương Đông. 2014

04. Từ điển thành ngữ - tục ngữ Hoa – Việt 華越成語俗語辭典 Nguyễn Văn Khang chủ biên. Nxb Khoa học xã hội. 1998

05. news.zing.vn

06. https://vnexpress.net

國家圖書館出版品預行編目資料

大家的越南語 初級 2 QR Code 版 / 阮蓮香著
-- 初版 -- 臺北市：瑞蘭國際, 2020.03
216 面；19 × 26 公分 --（外語學習系列；76）
ISBN：978-957-9138-70-3（平裝）
1. 越南語 2. 讀本
803.798   109002577

外語學習系列 76

大家的越南語 初級2 QR Code版

作者｜阮蓮香
責任編輯｜葉仲芸、王愿琦
校對｜阮蓮香、葉仲芸、王愿琦

越南語錄音｜阮蓮香、Trần Ngọc Minh · 中文錄音｜鄧元婷
錄音室｜采漾錄音製作有限公司
封面設計｜劉麗雪、余佳憓、陳如琪
版型設計｜劉麗雪、陳如琪
內文排版｜陳如琪
插畫繪製｜吳晨華、陳如琪
成語、俗語、歌謠插畫繪製｜Bùi Huy Quang 畫家

瑞蘭國際出版

董事長｜張暖彗 · 社長兼總編輯｜王愿琦
編輯部
副總編輯｜葉仲芸 · 主編｜潘治婷
設計部主任｜陳如琪
業務部
經理｜楊米琪 · 主任｜林湲洵 · 組長｜張毓庭

出版社｜瑞蘭國際有限公司 · 地址｜臺北市大安區安和路一段 104 號 7 樓之 1
電話｜(02)2700-4625 · 傳真｜(02)2700-4622 · 訂購專線｜(02)2700-4625
劃撥帳號｜19914152 瑞蘭國際有限公司
瑞蘭國際網路書城｜www.genki-japan.com.tw

法律顧問｜海灣國際法律事務所　呂錦峯律師

總經銷｜聯合發行股份有限公司 · 電話｜(02)2917-8022、2917-8042
傳真｜(02)2915-6275、2915-7212 · 印刷｜科億印刷股份有限公司
出版日期｜2020 年 03 月初版 1 刷 · 定價｜420 元 · ISBN｜978-957-9138-70-3
　　　　 2022 年 10 月二版 1 刷

 本書採用環保大豆油墨印製